કૃષ્ણ બાળ લીલા

વિવેક કુમાર પાંડે શંભુનાથ

ISBN 979-888569472-8

સામગ્રી

સામગ્રી

પ્રસ્તાવના

આ પુસ્તક માં શ્રી કૃષ્ણ ના બાળ લીલાઆ૦ છે . આ પુસ્તક લખતી વખતે કોઈ ધર્મ અને કોઇ વ્યક્તિને નુકસાન થયું નથી અને આ પુસ્તક શ્રી વિવેક કુમાર પાંડે શંભુનાથજી દ્વારા લખવામાં આવ્યું છે. 12 વર્ષની ઉંમરે, તેણે 250 થી વધુ પુસ્તકો લખીને ઇતિહાસ રચ્યો. તેમને યંગેસ્ટ રાઈટરનો એવોર્ડ પણ એનાયત કરવામાં આવ્યો હતો.

સ્વીકૃતિઓ

Author biography in English : MY NAME IS VIVEK KUMAR PANDEY . I WAS BORN IN 30 SEP 2002,I AM FROM SURAT GUJARAT INDIA.MY DREAM WAS TO BE GOOD WRITERS ,MY FAMILY SUPPORTED ME TO SUCCESSFUL AND I CAN DO IT MY SELF.How do I write? That is a question, I believe, that can be honestly answered by me."CELEBRATING YOUNGEST WRITER AWARD WINNER IN GUJARAT 1ST RANK" MR PANDEY JI . I may think I did a good job writing something . The reader is the one who decides the quality of my writing. I do find writing to be natural to me and therefore find it to be a real challenge. My trick as a challenged writer is to do the best I can and know that I am happy with the final outcome. It may take a while to do my best and there may be quite a few problems I run into along the way.

I am not a greedy person those who are thinking about me and my self I never tried it anyone people suffering from sadness ,I trying to get promoted people suffering from happiness and joy in your Life Time. Now in current situation in India and also world people are unemployed and have no many but our indian governor help to people to get free food from ration card , i also take part in leadership team ,i am Motivational speaker , Film script writer. There was my two dream firstly writer and secondly actor & also my own film is upcoming soon i done almost completely completed script for my film .I AM GOING TO SAY WORD OF HEART TOUCH OUT PLEASE READ IT" , firstly i thanks my father he supports me in this field they always getting inspired me by own his words and behavior ,they always said that he was a biggest person in the world in future and also they purchase fruit and chocolate for me in anytime & anyway , firstly my father buy him then call me Vivek you want a chocolate i will say yes papa but how many tell me ,papa: you tell me how much i buy him i told 1 or 2 chocolate but my father purchase whole the boxes of chocolate and they get suprised me. MY FATHER WAS BORN IN " 20 SEPTEMBER" 1971 IN INDIA.

1) MY FATHER FAVORITE CLOTHES IS KURTA PAIJMA AND ALSO STYLES SHOE

2) FAVORITE SINGER IS KISHORE DA

3) FAVORITE STATE GUJARAT AND KOLKATA , HIS VILLAGE IN BIHAR

4) FAVORITE COLOR BLACK AND WHITE

THEY ALSO LOVE cricket like IPL and one day t-20 .they also like watching a News daily and heard the song daily ,they also interested in tik tok video but in current time tik tok is banned in india but also few videos are in you tube. In lockdown time my family and me very enjoy day daily. my father play daily ludo with his sister and son, daughter.they always loved tea and coffee anytime call me "। विवेक थोड़ा चाय बनाओना विवेक तुम्हारे हाथ का चाय अच्छा लगता है". I make it tea for my father but some reason after the April to june they are suffering from fever and cough , weakness on 6 June 2020 my father death. they not told me say bye bye his life. After death of 6 June on 10 june my mom and dad anniversary.but my father is Best in the world they can do anything for me please take care of father and respect it of your parents.

1
પાઠ : ૧ શ્રી કૃષ્ણની બાળ લીલાઓ

પાઠ : ૧ શ્રી કૃષ્ણની બાળ લીલાઓ

એક દિવસ યશોદા માખણ બનાવી રહ્યા હતા. અચાનક એ સમયે બલરામ અને શ્યામ (શ્રી કૃષ્ણવના અનેક નામમાંથી એક નામ) ત્યાં આવી પહોંચ્યા શ્રી કૃષ્ણ એ યશોદાનો ચોટલો પકડી તેમને પોતાના તરફ ખેંચ્યા .

બલરામ પણ આવું જ વર્તન કરવા માંડયા. બન્નેકએ જણાવ્યું કે પોતે બહુ ભૂખ્યા છે અને તેમણે માખણ-રોટલીની માંગણી કરી. યશોદાએ તેમને રસોડામાં જઈ દૂધ અને મીઠાઈ ખાઈ લેવા જણાવ્યું પરંતુ શ્રી કૃષ્ણ-એ મીઠાઈ-દૂધ નથી ભાવતા તેમ કહી માખણ-રોટીની માંગણી દોહરાવી પરંતુ યશોદાએ જણાવ્યું કે ખૂબ માખણ ખાવાથી તેના વાળ બળભદ્ર જેવા લાંબા નહી થાય.

આ સાંભળતા જ શ્રીકૃષ્ણ એ જણાવ્યું કે મને ખબર છે કે આપ મને માખણ-રોટીની કેમ ના પાડો છો ? યશોદાએ પૂછ્યું કે કેમ ?

શ્રી કૃષ્ણબએ જવાબ આપ્યો કે બલરામ મને કહેતા હતા કે આપ મારી માતા નથી એટલે આપ મને માખણ આપતા નથી આ સાંભળતા જ યશોદાએ શ્રી કૃષ્ણ ને માખણ આપ્યુંત અને કહ્યું કે બલરામ ખોટું બોલે છે.

****

• મોહનનું અદભૂત નૃત્ય

એક દિવસ યશોદા ધરના નોકરોને કોઈ ધરકામ સોંપી પોતે માખણ બનાવવા બેઠા હતા આ સમયે કૃષ્ણાએ આવી પોતે ભૂખ્યો હોવાનું જણાવ્યું પોતે બહુ કામમાં હોવાથી યશોદાએ શ્રી કૃષ્ણને કોઈ કામે વળગાડવાનું નક્કી કર્યું. આથી તેની કૃષ્ણને પોતે કાર્ય પૂર્ણ કરે ત્યાંએ સુધી નૃત્ય કરવા જણાવ્યું શ્રી કૃષ્ણએ વલોણાના અવાજની ધૂન પર

નૃત્યહ કરવાનું શરુ કર્યું. આ અદભૂત નૃત્યવ નિહાળવા સ્વર્ગની નર્તકીઓ ગોવાલણનો વેશ ધારણ કરી પૃથ્વીમ પર આવી પહોંચી.

ગોકુળમાં લોકો પોતાનું કાર્ય અટકાવી નૃત્યવ જોવા માંડ્યા. નૃત્ય પૂર્ણ થતાંજ શ્રી કૃષ્ણાતએ યશોદા પાસે ભોજનની માંગણી કરી યશોદાએ શ્રી કૃષ્ણેને વહાલથી ભેટી પડી અને તેને ભોજન આપ્યું. આમ, શ્રી કૃષ્ણશ પોતાની માંને હંમેશા ખુશ રાખતા.

****

- ગાય પ્રત્યેજનો પ્રેમ

શ્રી કૃષ્ણેને ગાય પ્રત્યો અનહદ પ્રેમ હતો દરેક ગાયને શ્રી કૃષ્ણીના સમયમાં ગોકુળમાં જન્મ લેવાનો આવકાર મળતો. શ્રી કૃષ્ણ ગાયોને માતા સમજી આદર આપતા. સામે ગાયોને પણ સમાન આદરભાવ હતો. એક દિવસ એક ગાય નંદબાબાને ત્યાંસ ઉભી રહી ગોપાલ બહાર આવે તેની રાહ જોઈ રહી હતી. ગાય પોતાનું દૂધ શ્રી કૃષ્ણ ને આપવાની ઈચ્છા ધરાવતી હતી, ગાયને આપોઆપ દૂધ આવી રહ્યું હતું. શ્રી કૃષ્ણવની ગાય પર નજર પડતાં જ તેમણે તે દૂધ પીવાનું શરુ કર્યું. યશોદા આ બધું જોઈ રહ્યાં હતા. તેમણે વિચાર્યું કે ગાય કેટલી નસીબદાર છે તેમણે મનોમન ગાયને નમસ્કાધર કર્યા !

****

- શ્રી કૃષ્ણ ને સજા.

એક દિવસ ગોવાલિયાઓએ ભેગા થઈ એવી ફરિયાદ કરી કે શ્રી કૃષ્ણ તેમનું માખણ, દૂધ, દહીં ચોરી જાય છે અને અમારા બાળકો સાથે તોફાન કરે છે. જો કે ગોવાલણોને મનોમન કૃષ્ણયની લીલા ખૂબ પસંદ હતી. યશોદાએ ગોવાલણોને પોતાના ઘરે એકત્ર કરી શ્રી કૃષ્ણદને જણાવ્યું કે તારી ફરિયાદથી હું કંટાળી ગઈ છું. શ્રી કૃષ્ણાતએ જવાબ આપ્યોક કે હું તેમના ઘરે નહીં જાવ. તેઓ પહેલા મને પોતાના ઘરે બોલાવે છે અને હું જાવ પછી તેઓ મારી ફરિયાદ કરે છે.

યશોદાના આદેશ અનુસાર શ્રી કૃષ્ણમ બહાર રમવા ગયા નહીં. તેઓ ઘરના પાછળના ભાગમાં જઈ રમવા લાગ્યા. તેમની આ રમત એક કાળો નાગ પોતાના દરમાંથી જાઈ રહ્યો હતો. કૃષ્ણનું કાળાનાગ પર ધ્યાીન પડતા તે ત્યાં આવ્યા અને કાળાનાગ સાથે રમવા માંડ્યા. અચાનક યશોદા ત્યાંન આવી ચઢ્યા, કૃષ્ણાની સર્પ સાથે રમત જોઈ તેણે કૃષ્ણાને ધમકાવ્યા.. ભયભીત થઈ ગયેલા શ્રી કૃષ્ણાએ માતા પાસે માફી માગવી શરુ કરી.

****

2

પાઠ : ૨ ચીરહરણ લીલા

- પાઠ : ૨ ચીરહરણ લીલા

શ્રી ઠાકુરજીના વિવિધ મનોરથોમાં ચીરહરણલીલાનો મનોરથ પણ ઉજવાય છે.હેમંત ઋતુના માસમા વ્રજકુમારિકાઓ યમુનાકિનારે જઇ વસ્ત્રાલંકાર કાઢી યમુનાજીમાં ન્હાવા ઉતરી છે ત્યારે શ્રી ઠાકુરજી વ્રજકુમારિકાઓના વસ્ત્રાલંકાર લઇ કદંબના વૃક્ષ ઉપર ચઢી ગયા.

ગોપીજનોનાં વસ્ત્રાલંકાર કદંબની ડાળીએ ઝૂલેછે અને નીચે વ્રજકુમારિકાઓ શ્રીઠાકુરજીને પોતાના વસ્ત્રાલંકાર પાછા આપવા વિનંતી કરે છે ત્યારે શ્રી ઠાકુરજી કહે છે કે તમારા નિર્વસ્ત્ર થઇને ન્હાવાનો અપરાધ હું દુર કરું છું પણ તમારા મનોરથ હું જાણતો હોવાથી તમારા મને પતિ તરીકે મેળવવાના સંકલ્પને હું પૂર્ણ કરીશ પરંતુ આ માટે તમે કાત્યાયાની રૂપ શ્રી યમુનાજીનું પુજન કરી તેમની પ્રસન્નતા મેળવો અને વ્રજકુમારિકાઓએ શ્રીઠાકુરજીનાં કહ્યાંથી કાત્યાયાની પુજન કર્યું અને પ્રભુએ તેમના મનોરથો પૂર્ણ કર્યા. આ મનોરથના દર્શન કરનાર વૈષ્ણવોના અહંકાર, મદ, લોભ ને શ્રી ઠાકોરજી હરી લે છે અને પ્રભુમિલનના મનોરથને પૂર્ણ કરે છે. અધિકમાસમાં પણ આ મનોરથના સુંદર દર્શન થાય છે.

3

પાઠ : 3 માખણ ચોરી લીલા

- પાઠ : 3 માખણ ચોરી લીલા

    કૃષ્ણ એ ઘણી બધી અદભૂત લીલા ઓ કરી છે તેમાં એક વિખ્યાત માખણચોરી ની લીલા પણ છે. વળી એમ પણ વિચાર થતો હશે કે ભગવાન ને ચોરીકરવાની જરૂર કેમ પડી? આ લીલા નું વિસ્તારપૂર્વક વર્ણન શ્રીમદ્ ભાગવત નાં દશમ સ્કંધ માં આપેલું છે. શ્રીમદ્ ભાગવત માં આ આખી લીલા ફક્ત ૪ શ્લોક માં આપેલીછે.

    ****

    કૃષ્ણ બહુજ નટખટ છે. કૃષ્ણ જ્યારે પાપા પગલી માંડતા હતા તેટલા નાના હતા, ત્યારે ગોપીઓ યશોદામાતા ને કહે છે કે " તારો લાલન ખુબ જ નટખટ છે અનેઅત્યારે તો હજુ ચાલતાં જ નથી શીખ્યો ત્યાં તો કેટલી ફ્રદમફ્રૂદી કરે છે. પગલી માંડવાની ઉંમર નું બાળક ૨-૩ વર્ષ નાં બાળક ની જેમ વર્તે છે ."

    ****

    આ માખણ ચોરીલીલા કેવળ ચોરીની વાત નથી. તેમાં કેટલાક ગૂઢ સિદ્ધાન્તો સમાયેલાં છે. જે દરેક માનવી એ પોતાના જીવનમાં લેવા જેવા છે. ભગવાન બધે જછે. તેમના માટે કશું પોતાનું કે પારકુ નથી.

    કૃષ્ણ એ જોયું કે વ્રજ ના પ્રજાજનો શારીરિક, નાણાંકીય અથવા આધ્યાત્મિક રીતે મજબુત નથી. તે માટે કૃષ્ણ એ લોકો ને સુધારવા માટેનો ઉપાય શોધ્યો. વ્રજવાસીઓ મથુરા વાસીઓને અનાજ આપતા હતાં અને ત્યાંથી રોજીરોટી કમાતા હતાં.... પણ તેમ છતાયે તે લોકો શારીરિક રીતે અને પૈસા ની દ્રષ્ટિ એ નબળા હતા. વ્રજવાસીઓ નાબાળકો બહુ નબળા હતાં કેમ કે તેમને નિરોગી આહાર મળતો નહતો. કૃષ્ણ ઈચ્છતાં હતાં કે વ્રજવાસીઓ પોતાના બાળકો ને પહેલા ખવડાવે અને તેમાંથી જે કંઇ અનાજ વધેતે અનાજ મથુરા વેચવા માટે જાય.....વ્રજવાસી ઓ પોતાના બાળકો પ્રત્યે ધ્યાન આપતા ન

હતાં. કૃષ્ણ એ તેના પર બંધન લાવી દીધું.

****

કૃષ્ણ હમેંશા મીઠાશ થી અને માધુર્યતા થી કોઈ ની પણ પાસે કામ કઢાવી લેતાં પણ કૃષ્ણ એ જ્યારે જોયું કે વ્રજવાસીઓ ને સમજાવવાં થી તેઓ માનતાં નથી ત્યારેકૃષ્ણ એ પોતાના બાળસખાઓ નાં હક્ક માટે વ્રજવાસીઓ નાં ઘર માં જઈને વ્રજવાસી ઓ વિરૂધ્ધ લડવાની શરૂઆત કરી......અને આ માટે કૃષ્ણાએ બધા સખાઓ અનેવાંદરાઓ સાથે મળીને પોતાની એક ચોર મંડળી ચાલુ કરી.

કોઇપણ શુભ કાર્ય ની શરૂઆત બ્રહ્મદેવ કરાવે તો તે કાર્ય ની સફળતાં વધી જાય. તેથી સૌ પ્રથમ મધુમંગલ ના ઘરે થી માખણ ચોરી ની શુભ શરૂઆત કરી.ચોર મંડળી દૂધ ની, માખણ ની અને દહીં ની ચોરી કરતાં અને પછી બધા ગોપબાળકો અને વાનરો સાથે મળી ને ખાતા હતાં અને જો કોઇ વ્રજવાસીઓ નાં ઘર માં કંઈજ ન મળતુંતો ત્યાં તેઓ મટકી ફોડતા.

ચોરમંડળી દીવાલ ની ઉપર ઉંચે લટકાવેલી મટકીમાં કાણું પાડતા અને બધાં ગોપબાળકો એકબીજા પર ચઢી ને પર્વત બનાવતા અને મટકી સુધી પહોચતાં પછી બધા ભેગાં થઇ વહેંચીને ખાતા.

કૃષ્ણ હમેંશા ગોપબાળકો ની સાથે રહીને જ ચોરી કરતા હતા. નીચે ઢોળાયેલું માખણ વાંદરાઓ ને બોલાવી ને જમીન સાફકરાવી દેતા. આ રીતે કૃષ્ણાએ સાથે જૂથમાં રહીને કેવી રીતે કામ કરવું તે શીખવ્યું.

દૂધ કાઢવાનાં ગોપીઓ ના સમય પહેલા વાછરડા ને છોડી નાખતા. ગોપી ઓને કન્હૈયા ને જોયા વિના ગમતું નહીં એટલે તે દરરોજ કાનુડા ની ફરિયાદ કરવા આવેછે અને યશોદા ને કહે છે કે તારો કાનુડો અમારા ઘરે રોજ આવે છે ને અમારા બાંધેલા વાછરડા ને છોડી મુકે છે. શ્રી મહાપ્રભુજી વાછરડા ના સંદર્ભ માં જણાવે છે કે વાછરડા એજીવાત્મા નું પ્રતિક છે અને જયારે જીવ મુક્ત થવા માટે લાયક બને છે ત્યારે ઠાકુરજી જીવ ને મુક્ત કરે છે.

કૃષ્ણ સ્વતંત્ર છે જેને મુક્ત કરવો હોય તેને કરે અને જેનેઅપનાવવો હોય તેને અપનાવે. જે જીવ લાયક નથી તેને પણ ઠાકુરજી મુક્તિ આપે છે તે જ પુષ્ટિકૃપા છે.

આ સુંદર ફેરફારે વ્રજ ને વધારે ખુશનુમા અને મજબુત બનાવ્યું. થોડાક જ વખત માં દરેક વ્રજવાસીઓ ખુશ રહેવા લાગ્યા અને વિચારો માં પણ બદલાવ આવવા લાગ્યો.. ..કૃષ્ણ એ પોતાના ઘર માં પણ આ નવી રીત લાવીને ફેરફાર કર્યો છે. તેઓ નંદાલય માં પણ સખાઓને અને વાનરોને માખણ ની ચોરી કરવાં માટે બોલાવતાહતાં.

એકવાર એક ગોપી માખણ બાજુ માં કોઈ ની ત્યાં મૂકી આવી હતી. ત્યાં કાનુડાએ ગ્વાલમંડળી સાથે આવીને જોયું તો માખણ નથી. કાનુડા એ કહ્યું જે ઘર માં મારામાટે માખણ ના હોય તે ઘર જંગલ છે એટલે બધાએ તે ઘરની વસ્તુઓને વેરવિખેર કરી નાખી આનો અર્થ એ છે કે ઠાકુરજી માટે સામગ્રી ના હોય તે ઘર ઘર નથી પણ નરક સમાન છે.

આ દ્વારા ઠાકુરજી કહે છે કે હું અને તું જેવું કંઈ નથી. હું તને પ્રેમ થી મારામાં સમાવી શકું છુ અને તું મને પ્રેમથી તારામાં સમાવી શકે છે . હું ઈશ્વર છું અને તું જગતની કોઈપણ

જગ્યા એ વસ્તુ ને સંતાડીશ, તો પણ મારી આંખોથી તે દૂર રહેવાની નથી, કેમ કે હું તારામાં પણ સમાયેલો છું. જેના પર પ્રભુ કૃપા કરે છે તે મનથી પ્રભુ તરફ ખેંચાય જાય છે.

****

કૃષ્ણ કહે છે કે હું હમેંશા કોમળ મન ની જ ચોરી કરું છુ. જેનું મન કઠોર હોય, તેની ચોરી કરતો નથી. ભક્તિ ના સ્પર્શ થી હૈયું દ્રાવક બને છે,અને જેની પાસે ભક્તિનોપ્રવાહ હશે તેની જ ચોરી કરવી મને ગમે છે.

****

ભગવાન તાજું માખણ આરોગે છે, વાસી વાંદરાઓને ખવડાવે છે. એવી રીતે જેનો ભાવ તાજો છે, તેને જ કૃષ્ણ સ્વીકારે છે. ભક્તિ તો ઘણા કરે છે, પરંતુ વિશુદ્ધભક્તિ કરનારા બહુ ઓછા છે. ભગવાન તાજી વસ્તુને હમેંશા અંગીકાર કરે છે. પ્રભુ કહે છે, જેનું અંતઃકરણ માખણ જેવું શુદ્ધ છે એની જ હું ચોરી કરું છુ માખણ ને બનાવવા માટે પહેલા દૂધને દોહવું પડે, એમાં થોડી છાશ નાખવી પડે પછી દહીં જામે એનું વલોણું કરવું પડે. તેમાંથી જે નીકળે તે માખણ કહેવાય. એજ રીતે દૂધ ની જેમ માણસો એવિચારો નું દોહન કરવું જોઇએ. જીવન માં વિચારોરૂપી સાર ભેગો કરવો પછી તેમાં ઠાકુરજી પ્રત્યે ના પ્રેમ ની છાશ નાંખવી અને તેનુ મંથન કરવું જેથી તેમાંથી જે માખણ નીકળે બસ તે માખણ તત્વ ને આપણે ભક્તિ ના રૂપ માં અપનાવી લેવું

કોઈક વાર ગોપી ને ત્યાં જઈને ભગવાન માખણ માંગે છે ને ક્યારેક નથી હોતુંત્યારે ઠાકુરજી વ્રજવાસીઓ ના સુતેલા નાનકડા બાળકો ને જગાડે છે ને તેનો અર્થ એ છે કે ઠાકુરજી માયા માં સુતેલા જીવ ને જગાડે છે અને સંદેશો આપે છે કેસારા વિચારો કેળવો અને પોતાના કાર્ય નિષ્ઠા પ્રત્યે જાગૃત થવો. પુષ્ટિજીવાત્માંઓ એ પોતાની ફરજો પ્રત્યે સભાન રહેવું જોઈએ.

કેટલીક વાર ઘણી ગોપીઓ સાસુ ના કારણે કન્હૈયા ને જોઇ શકતી નહોતી.ત્યારે મનોમન તેમને થતું હતું કે મારી ત્યાં કાનુડો ક્યારે આવશે ને ક્યારે મને દર્શન આપશે?ત્યારે કાનુડો માખણ નાં બ્હાના નીચે ગોપીઓ ને દર્શન આપવાં જતો.....અને માખણ ની સાથે સાથે ગોપીઓ ના શુધ્ધ હૃદયની ભાવના ને લઇ લેતો ,માખણ ખાતા કાનુડાને જોતા જોતા ગોપીઓ ના મન ક્યારે કૃષ્ણ દ્વારા ચોરાઇ જાતા તેની જાણ ગોપીઓ ને પણ ન રહેતી. જેને ત્યાં માખણ ભેગું કરાય છે પણ તે કોઈ ને આપતો નથીતેના ઘર માં કૃષ્ણ ચોરી કરે છે, બાકી તો જ્યાં મન થી આપે છે તેને ત્યાં શાંતિ થી જઇ ને આરોગે છે.

ભગવાન ગોપીઓ ની ત્યાં ચોરી કરીને માખણ લેતા હતા આથી ગોપીઓ કાનુડા ને ખીજાતી અને ઠપકો આપતી પણ કન્હૈયો સાંભળી લેતો.યશોદાજી ચોરી કરે નહીં તેમાટે પોતાના વ્હાલસોયા પુત્ર ને ગાડા સાથે બાંધી દે છે. કૃષ્ણ ખુશીથી સજા ભોગવતા હતા. જ્યારે તમે તમારા કરેલા પાપકર્મ ની સજા ભોગવો છો અને સજા પ્રાપ્ત કરી છોત્યારે કરેલા પાપકર્મ નો નાશ થાય છે. કર્મ દરેક ને માટે સરખું જ છે પછી તે ભગવાન પણ કેમ ના હોય!!!!!

કોઈ પણ પરિસ્થિતિ માં તમે જિંદગી ની ઉજ્જવળ બાજુ ને જુઓ અને તમે કોઈને કેવી રીતે મદદ કરી શકો છો તે વિચારો. જ્યારે બધા જ વ્રજવાસિઓ કૃષ્ણ ના વિચારસાથે મંજુર

થયા અને પોતાના બાળકો ને, ગાય ને અને વાછરડા ની બરાબર કાળજી લેવા લાગ્યા ત્યાર પછી તેમને બીજી લીલા ઓ કરવાનું શરુ કર્યું.

માખણચોરી ની લીલા મન ને માખણ જેવુ કોમળ બનાવી આનંદનાં અનુભવનું સાનિધ્ય આપે છે !!

4
પાઠ : ૪ ગૌચારણ લીલા

- પાઠ : ૪ ગૌચારણ લીલા

"ગો" એટલે ગાય અને "પાલ" એટલે પાળનાર અથવા રખેવાળ. જે ગાયોને પાળે છે તે ગોપાલ

****

આમ તો આ નાનકડાં ચરણ આ પહેલા ઘણીવાર વૃંદાવનમાં આવી ચુક્યા છે પણ આજનો દિવસ કંઇક વિશેષ હતો આજે વિવિધ પંખીઓનો કલરવ થતો હતો, હરણ, નીલગાય, હાથી વગેરે પશુઓ હર્ષિત ધ્વનિ કરી રહ્યાં હતાં.

પલ્લવિત અને પુષ્પિત બનેલા વૃક્ષો આજે વ્રજનાં સૌથી નાનકડાં ગૌપ્રતિપાલના દર્શન કરી રહ્યાં હતાં. વૃક્ષોના પણૉઍ હાથ જોડી ને પોતાના સ્વામિનું સ્વાગત કર્યુ, ને ડાળીઓ પોતાના નાનકડાં પ્રભુના ચરણોની રજને લઇ રહી હતી. કોઇ વૃક્ષો પોતાના પુષ્પો તો કોઇ વૃક્ષો પોતાના ફળો ને પ્રભુચરણમાં સમર્પિત કરી રહ્યાં હતાં, અને આજે ગૌચારણનાં પ્રથમ દિવસે પ્રકૃતિ પાસેથી તેનો પ્રથમ ગુણ "બીજાઓને માટે પલ્લવિત,પુષ્પિત અને રસદાયક બનવું એ કર્તવ્યને અને એજ ગુણને માનવે અપનાવવું જોઇએ આ વાત આજે આ નાનકડાં દેખાતો બાળક આત્મસાત કરી રહ્યોં છે.

****

વૃંદાવનની ખિલેલી શોભા ને કુતુહલથી જોતા જોતા અને વૃક્ષમાંથી ચળાઇને આવતા દરેક રવિકિરણો ને જોઇને નાનકડા નંદલાલને જાણે બાબા નંદ પ્રત્યેક કિરણો સાથે કહી રહ્યાં છે કે કે લાલા આજથી તું ગોવાળીયો થયો આપણી ગાયોને ચરાવીને તેને પુષ્ટ કરજે વનમાં લીલુ લીલુ ધાસ ખવડાવજે, તેને ઝરણાં નું મીઠું જળ પિવડાવજે અને નદીના વહેતા ચોખ્ખા પ્રવાહ થી તેને સ્નાન કરાવજે, તેનાં અંગ પર માખી અને કે અન્ય પરેશાન કરતા જીવજંતુઓને દૂર કરજે.

બાબાની વાતો ને ધ્યાનમાં રાખતા સૌ સખાઓ સાથે નંદલાલ પોતાના ગૌધન સાથે ગૌચારણ માટે નીકળ્યાં છે અને ગૌ માટે છ વર્ષના નાનકડા કૃષ્ણ કનૈયા ગોપાલ બન્યાં છે.

****

કાર્તિક સુદ અષ્ટમીનો દિવસ નંદબાબાનાં આશીવાદ સાથે હમેંશાને માટે વૃંદાવનના ઇતિહાસમાં કેદ થઇ ગયો. અધિકમાસના મનોરથો દરમ્યાન આપણે પણ ગૌ બનીને ગોપાલનાં શરણે જઇએ છીએ.

આપણી પાંચ કર્મેન્દ્રિય, પાંચ જ્ઞાનેન્દ્રિય અને અગિયારમું આપણું મન તે ઇન્દ્રિયો રૂપી ગૌ ને શ્રીઠાકોરજી ચરાવે છે અને આપણી ઇન્દ્રિયો રૂપી ગૌ ને જો વિવિધ સ્વરૂપે શ્રી શામળીયાસુંદરના દર્શન થઇ જાય તો ખરા અર્થમાં શ્યામસુંદરે આપણી ગાયો ને ચરાવી છે તેમ કહી શકાય.

5
પાઠ : ૫ વ્રજ લીલા

- પાઠ : ૫ વ્રજ લીલા

ત્રેતાયુગમાં રાક્ષસોનો વિનાશ કરવા માટે ભગવાન રામનો અવતાર થયો હતો તો દ્વાપરયુગમાં ભગવાન કૃષ્ણએ પૃથ્વી પર સત્ય અને ધર્મની મર્યાદાના પુનરોત્થાન માટે અવતાર ધારણ કર્યો હતો. દેવકીના ગર્ભમાંથી ઉત્પન્ન થયેલ વસુદેવ પુત્રની લીલાઓ અદ્વૈત હતી. કંસને મારવા માટે જેનો જન્મ થયો હતો, તેને વસુદેવજી કંસના ભયથી શ્રાવણવદ અષ્ટમીની મધ્યરાત્રીએ યમુનાના સામે કાંઠે વસેલા ગોકુલમાં નંદબાબાના ઘરે મૂકી આવ્યાં.

****

પુત્રના રૂપમાં દેવકી નંદન શ્રીકૃષ્ણને મેળવીને યશોદાજીનું જીવન ધન્ય થઈ ગયું અને તે દિવસ પણ ઈતિહાસમાં ભાગ્યશાળી દિવસનું બિરુદ મેળવી ગયો અને દેવકીનંદન યશોદાનંદન બનીને ભક્તજનો, વ્રજવાસીઓ અને વૈષ્ણવોને આનંદિત કરી રહ્યા.

****

મનમોહન ચાલવા લાગ્યા અને દોડવા લાગ્યા.દોડતા દોડતા સૌ વ્રજવાસીઓને દોડાવવા લાગ્યા. મનમોહનમાંથી નવનીત ચોર અને ચિત્તચોર થઈ ગયા. કારણ કે, તેમને ગોપિઓના ઉલ્લાસિત ભાવ સાર્થક કરવાના હતાં.

આ લીલાની સાથે સાથે પોતાના ઘરમાં અને ગોકુલ ગામમાં માખણની ચોરી કરીને ધમાલ મચાવી પરંતુ ગોકુળની ગલીઓમાં કૃષ્ણ આનંદ બનીને ઘેર ઘેરમાં ફરવા લાગ્યા. યશોદામૈયાએ કનૈયાને સાંબેલા સાથે બાંધીને તેમને દામોદર બનાવી દીધા અને દમોદરરાયે યમલાર્જુનનો ઉદ્ધાર કર્યો.

****

પરંતુ કંસના બાળકનૈયાને મારવાના ઘાતકી પ્રયાસો પણ આ પ્રવાહમાં પ્રવાહિત થઈ ગયાં. પૂતના, શકટાસુર, વગેરે રાક્ષસો નિષ્ફળ થઈને પણ કનૈયાના હાથે મોક્ષ પામી

ગયાં. પરંતુત્યારબાદ ગોકુલમાં રાક્ષસોનો ઉપદ્રવ વધતાં નંદબાબા સહિત કૃષ્ણ તે ગોકુલ છોડીને વૃંદાવન જઈ વસ્યાં.

****

ગોકુલ, વૃંદાવન, નંદગાવ, ગોવર્ધન, યમુના-પુલિન, વ્રજ-યુવરાજની મધુરિમ ક્રિડા વચ્ચે શ્રીકૃષ્ણ ગૌ પ્રતિપાલ બન્યાં. બીજી તરફ કંસના પ્રયત્નો પણ ચાલતા રહ્યાં. બકાસુર, વત્સાસુર, પ્રલમ્બાસુર , ઘેનુકાસુર, અધાસુર, વ્યોમાસુર, કેશી આદિ આવતા રહ્યાં, અને શ્યામસુન્દર બધા સુર, અસુરોનો મોક્ષ કરતાં ગયા.

વૃંદાવનમાં કાળીયા નાગને નાથિયો અને નાગદમન કહેવાયા. ઇન્દ્ર અને બ્રહ્માજીનો ગર્વ પણ ઉતાર્યો . ગોપાલે વ્રજવાસીઓને અન્યાશ્રમમાંથી બહાર કાઢીને શ્રી ગોવર્ધન ગિરિરાજજીનું નવુંમાહાત્મ્ય બતાવ્યું અને વ્રજવાસીઓ પાસે ગોવર્ધન પૂજન કરાવ્યુ. ઇન્દ્ર દેવે વરસાવેલા અતિવર્ષાથી ગિરિરાજને સાત દિવસ સુધી પોતાની ટચલી આંગળીએ ઉપાડીને વ્રજને બચાવી લીધું.કૃષ્ણની શક્તિ પર વારી ગયેલા દેવેન્દ્ર ઇન્દ્રએ સુરભિ ગાયના દૂધ વડે પ્રભુ પર અભિષેક કર્યો અને ગોવિન્દ તરીકેનો સ્વીકાર કર્યો. ઇન્દ્ર જેવા દેવનો ગર્વ ઉતાર્યો તેથી ઇન્દ્ર દમન અને બ્રહ્મા જેવા દેવનો ગર્વ ઉતારીને પ્રભુ દેવદમન બન્યાં .

****

ભગવાન શ્રીકૃષ્ણ વ્રજમાં કુલ 11 વર્ષ, પર દિવસ અને સાત ઘડી રહ્યાં હતાં આ સમયગાળા દરમિયાન તેમણે જે દિવ્ય લીલાઓ કરી, તે વૈષ્ણવ ભક્તજનોના જીવનપથને સાચાર્થને માર્ગે લઈ જાય છે. ગોકુલ વૃંદાવન છોડ્યા પછી તો શ્યામ કયારેય વ્રજ પધાર્યા જ નહી. હા એકવાર ઉદ્ધવજીને વ્રજમાં સંદેશો દેવા માટે મોકલ્યા હતાં અને ઉધ્ધવજી પણ ત્રણ દિવસ માટે મથુરાવાસી થઈને ગયા હતાં પરંતુ છ માસ બાદ તેઓ વ્રજમાંથી આવ્યા અને આવ્યાં ત્યારે સંપૂર્ણ રીતે વ્રજવાસી થઈને પાછા આવ્યા હતાં.

****

શ્રીકૃષ્ણચન્દ્ર પૂર્ણપુરુષોત્તમ લીલાવતાર તરીકે જાણીતા છે. ભગવાન વેદવ્યાસની વાણીએ શ્રીમદ્ ભાગવત ગીતામાં તેમની દિવ્ય લીલાઓને શબ્દો વડે કંડારી.

6

પાઠ : ૬ દધિમંથન લીલા

એક દિવસ ઘરની દાસીઓ જ્યારે અન્ય કામોમાં પરોવાયેલી હતી ત્યારે યશોદા પોતે દધિમંથન કરવા બેસી ગયાં. યશોદા વિચારતાં હતાં કે દધિમન્થન પૂરું થયા પછી કૃષ્ણને જગાડું અને માખણ ખવડાવું પણ બાળકનૈયો તો ભૂખ્યો થયો હતો તેથી જાગી ગયો અને માતા પાસે ગયો.

માતા તો દધિમંથનમાં લીન હતાં. અચાનક ચૂલા પર ગરમ થવા મૂકેલું દૂધ ઊભરાવા લાગ્યું. તે જોઈને જશોદા દધિમંથનનું કાર્ય પડતું મૂકી ઘરમાં ગયાં. કૃષ્ણને થયું કે પોતે માતા પાસે આવ્યો અને માતાને તેની પરવા નથી. તેથી કાનુડાને ગુસ્સો ચઢ્યો. તેણે દહીંની ગોળી પથ્થર મારી ફોડી નાખી.

જશોદાએ બહાર આવીને કાનાનું આ પરાક્રમ જોયું. જશોદા વિચારવા લાગી કે થોડુંક દૂધ બચાવવા ગઈ તો દહીંનું માટલું ફૂટ્યું. જશોદાએ આસપાસ જોયું તો ત્યાં કોઈ દેખાયું નહીં. ઘરમાં જઈને જોયું તો કનૈયો તો ખાંડણિયાને ઊંધો પાડીને તેના ઉપર ઊભો હતો અને ઊંચે લટકતા શિકામાં રહેલું માખણ વાનરોને ખવડાવતો હતો. જશોદા તો આવું દશ્ય જોઈને આભા જ બની ગયાં. વિચારવા લાગ્યા કે આવડો નાનો લાલો આ શું કરી રહ્યો છે ?

જશોદા તો ધીમે પગલે હાથમાં લાકડી લઈને બાળકૃષ્ણની પાસે ગયા. બાળમુકુંદે તો માતાને જોઈ દોટ મૂકી. કનૈયો આગળ આગળ દોડે અને માતા પાછળ પાછળ.

આખરે કાનુડો પકડાઈ ગયો. માતાએ કનૈયાને સજા કરી. દામણાથી બાંધ્યો પણ જેમ જેમ જશોદામા દામણાથી બાંધતા જાય તેમ તેમ દામણું તો ટૂંકું ને ટૂંકું જ પડતું ગયું. બીજું મોટું દામણું લીધું તો તેનું પણ એવું જ થયું. ગોપિકાઓ તો મા-બેટાની આવી રમત જોઈ હસી હસીને લોથ થઈ જતી હતી.

છેવટે ભગવાન બંધાઈ ગયા. વિશ્વને બાંધનારા ભગવાન દામણાથી બંધાઈ ગયા. માતાના પ્રેમમાં બંધાઈ ગયા. પ્રભુ તો જ્યાં જ્યાં પ્રેમરૂપી બંધન જુએ ત્યાં ત્યાં બંધાઈ

જતા હોય છે. અરે, ગોપીઓની એક વાટકી છાશ જોઈને પણ કનૈયો નાચવા લાગે છે. આમ દધિમંથન લીલા પૂર્ણ થઈ.

7

પાઠ : ૭ માતાની સજા અને રાસ લીલા

- પાઠ : ૭ માતાની સજા અને રાસ લીલા

એક દિવસ કૃષ્ણા યશોદાનું દૂધ પીવા તેમના ખોળામાં સૂતા હતા. માતૃત્વાને કારણે દૂધ આપોઆપ વહી રહ્યું હતું. અચાનક યશોદાને યાદ આવ્યું કે ચૂલા પર દૂધ ઉકળી રહ્યું છે. તેઓ કૃષ્ણ ને અતૃપ્તય મૂકી રસોડા તરફ દોડી ગયા. શ્રી કૃષ્ણ ને ખૂબ ગુસ્સોર આવ્યો. તેમના હોઠ ગુસ્સારથી ધ્રુજી રહ્યા હતા. તેણે બાજુમાં પડેલું માટલું ફોડી નાંખ્યું યશોદાએ પરત આવીને જોયું કે ફૂટેલું માટલું પડયું હતું, અને કૃષ્ણ ક્યાંય નજરે ચડતા નહોતા, તરત જ યશોદાને પરિસ્થિતિનો ખ્યાલ આવી ગયો.

શ્રી કૃષ્ણંને શોધતા શોધતા તેમને તેઓ મળી ગયા. કૃષ્ણ વાંદરાઓને માખણ ખવડાવી રહ્યા હતા. યશોદાએ વિચાર્યુ કે વાંદરાઓ નસીબદાર છે ! યશોદા પોતાની સામે લાકડી લઈ આવી રહ્યા છે તેવો કૃષ્ણેને ખ્યાલ આવતા જ તેઓ ત્યાં થી ભાગી ગયા. દૂરથી તેમણે માતાને હાથ જોડી માફ કરવા જણાવ્યું. જો કોઈ રાક્ષસ હોત તો શ્રી કૃષ્ણેય પોતાના સુદર્શન ચક્રથી તેનો નાશ કર્યો હોત, પરંતુ માતા સમક્ષ તેઓ લાચાર હતા !

અંતે શ્રી કૃષ્ણમ પકડાઈ ગયા. યશોદાએ તેના તોફાનોથી કંટાળી તેમને પથ્થનરની ઘંટી સાથે દોરી વડે બાંધી દેવાનું નક્કી કર્યું. એક દોરડું લઈ તેમણે બાંધવાની શરૂઆત કરી પરંતુ દોરડું ટૂંકું પડયુ. બીજું દોરડું લઈ આવ્યા પરંતુ તે પણ ટૂંકું પડયું આમ, એક પછી એક ઘણા દોરડા લઈ આવતા પણ યશોદા કૃષ્ણદને બાંધી શક્યા નહીં શ્રી કૃષ્ણપએ જોયું કે માતા થાકી ગયા છે એટલે તેમણે પોતાની જાતને બાંધવા દીધા. શ્રી કૃષ્ણલને બાંધી યશોદા ઘરકામમાં પરોવાયાં.

યશોદાના જતા જ શ્રી કૃષ્ણાએ પથ્થીરની ઘંટી સાથે ચાલવાનું શરુ કર્યું. ઘરની પાછળના ભાગના બગીચામાં પહોંચી ગયા. ત્યાંક તેમણે બે વૃક્ષ ઉખાડી નાખ્યા. આ

વૃક્ષો ઘણા સમયથી કૃષ્ણહની રાહ જોઈ રહ્યા હતા. હકીકતમાં બન્ને વૃક્ષો કુબેરના પુત્રો હતા. પરંતુ અભિમાની સ્વષભાવને કારણે નારદ મુનિનો શ્રાપ લાગતા તેઓ વૃક્ષ બની ગયા હતા.

રાસલીલા ;

પૂનમની રાત્રિ હતી. કુદરતી સૌંદર્ય સોળે કળાએ ખીલી ઉઠયું હતું શ્રી કૃષ્ણો ગોપીઓથી ખૂબ જ ખુશ હતા. યોગમાયા વડે શ્રી કૃષ્ણ એ વિવિધ સ્વયરુપો ધારણ કર્યા હતાં. રાસ લીલાનો પ્રારંભ થઈ ગયો હતો. ગોપીઓ માનવ સ્વેરુપના દાર્શનિક તરીકે હાજર હતી. સમગ્ર વાતાવરણ સંગીતમય બની ગયું હતું. ગોપીઓના પ્રેમ કાજે આજે ભગવાન શ્રી કૃષ્ણા ખુદ રાસ લઈ રહ્યા હતા.

8

પાઠ : ૮ વત્સાસુર અને બકાસુરનો વધ

• પાઠ : ૮ વત્સાસુર અને બકાસુરનો વધ

ઝાડ પડવાનો શબ્દ સાંભળીને વજ્રપાતના ભયથી ભયભીત થયેલા નંદાદિક ગોવાળિયાઓ ત્યાં આવ્યા. ધરતી પર પડેલાં યમલાર્જુનને જોઇને તેઓને પડવાનું કારણ પ્રત્યક્ષ છતાં પણ તેને નહીં જાણીને ભ્રમી ગયા. દોરડાંથી બંધાએલા બાળકને ખાંડણિયો ખેંચતા દીઠા તોપણ આ કોણે કર્યું ? શાથી થયું ? આશ્ચર્ય થયું ! ઉત્પાત થયો એમ ભય પામીને ભમવા લાગ્યા. છોકરાઓએ કહ્યું કે- આ કૃષ્ણ વચમાં આવી જતાં તેણે આડા થયેલા ખાંડણિયાને ખેંચીને ઝાડ પાડી નાખ્યાં અને તે ઝાડમાંથી બે પુરુષ નીકળ્યા તેઓને પણ અમે દીઠા.

ગોવાળિયાઓમાં કેટલાએક તો આ બાળક ઝાડ ઉખેડી નાખે એ સંભવે જ નહીં, એમ ગણીને તે છોકરાઓનું કહેવું માન્યું નહીં અને મનમાં સંદેહ થયો. દોરડાંથી બંધાએલા અને ખાંડણિયાને ઘસડતા પોતાના પુત્રને જોઇને નંદરાયે હસતે મોઢે તેમને છોડ્યા. ગોપીઓના ફોસલાવવાથી કોઇક સમયે બાળકની પેઠે અને અણસમજુની પેઠે ભગવાન નાચતા હતા, કોઇ સમયે ગાતા અને કોઇ સમયે લાકડાના યંત્રની પેઠે તેઓના સ્વાધીનમાં જ રહેતા હતા.

કોઇ સમયે ગોપીઓએ આજ્ઞા કરવાથી પાટલા, પાલી, પવાલાં અને ચાખડી ઉપાડતા હતા, તેમજ પોતાના ભક્ત વ્રજજનોને રાજી કરવા સારુ હાથ હલાવતા હતા. ભગવાનનું માહાત્મ્ય જાણનારા પુરુષોને હું ભક્તવશ છું, એમ દેખાડતા ભગવાન પોતાની બાલચેષ્ટાઓથી વ્રજને આનંદ આપતા હતા. એક દિવસ કોઇ ફળ વેચનારી સ્ત્રીએ ઊંચેથી સાદ કર્યો કે "કોઇ ફળ લો ફળ" આવું સાંભળતાની સાથે જ સર્વ કર્મ ફલપ્રદ ભગવાન અચ્યુત (કૃષ્ણ) ફળ ખરીદવા માટે પોતાના નાના એવા ખોબામાં અનાજના દાણા લઇને

"

દોડ્યા. તેમણે ખોબામાં લીધેલું અનાજ તો રસ્તામાં જ વેરાઇ ગયું પણ તે ફળ વેચનારી સ્ત્રીએ તેમના બન્ને હાથને ફળોથી ભરી દીધા. આ બાજુ ભગવાને પણ તેનો ખાલી થયેલો ટોપલો રત્નોથી ભરી દીધો.

પછી એક દિવસ તે અર્જુનવૃક્ષને ભાંગનારા શ્રીકૃષ્ણ અને શ્રીબલરામજી બાળકોની સાથએ રમતાં રમતાં યમુનાને કિનારે પહોંચી ગયા. ત્યારે દેવી રોહિણી તેમને પછ ઘોર બોલાવી લાવવા "એ રામ ! !! એ કૃષ્ણ !!! જલદી આવો" એમ ઊંચે અવાજે પોકારવા માંડ્યા. રોહિણીએ આમ બોલાવ્યા છતાં તે શ્રીબલરામ અને શ્રીકૃષ્ણ રમવામાં લાગી ગયા હોવાથી જયારે ન આવ્યા ત્યારે તેણે પુત્ર વાત્સલ્ય સ્નેહથી યશોદાજીને તેમને બોલાવવા મોકલ્યા.

શ્રીકૃષ્ણ અને બલરામજી બાળકોની સાથે ઘણી વારથી રમતા હતા યશોદાજીએ જઇને તેમને સાદ કર્યો. તે સમયે પુત્ર ઉપર વાત્સલ્ય ભાવને લીધે યશોદાજીના સ્તનોમાંથી દૂધ ટપકવા લાગ્યું. યશોદાએ પોકાર કર્યો "કૃષ્ણ ! બેટા કૃષ્ણ ! કમળનયમ ! પ્યારા કૃષ્ણ !" જલદી ચાલો, અને સ્તનપાન કરી લો (દૂધ પીઓ) રમીને થાકી ગયા હશો. બેટા ! હવે રમવાનું છોડો જુઓ તે ખરા, તમે બન્ને ભૂખ્યા અને દુર્બળ દેખાઓ છો.

કુલનંદન બેટા રામ ! તારા નાના ભાઇ કૃષ્ણને લઇને જલદી ચાલો. જુઓ સવારે તમે નાસ્તો કર્યો હતો તો અત્યારે તમારે બન્ને એ જમી લેવું જોઇએ.દાશાર્હ ! બેટા રામ ! વ્રજરાજ તમારા પિતા નંદનજી જમવા માટે બેસી ગયા છે અને તમારી બન્નેની રાહ જુએ છે. ચાલો અમને સૌને ખુશી કરો. છોકરાઓ ! હવે તમે પણ સહુ સહુને ઘેર જાઓ.

પુત્ર ! દેખ તારાં પ્રત્યેક અંગ ધૂળથી ખરડાયેલાં છે. ચાલો જલ્દી સ્નાન કરી લો. આજ તારું જન્મ નક્ષત્ર છે. પવિત્ર પણે બ્રાહ્મણોને ગાયોનું દાન કરો. જુઓ અમારા સાથી મિત્રોને તેમની માતાઓએ નવડાવી - ધોવડાવીને સારા વસ્ત્ર અલંકારોથી સજાવ્યા છે. હવે તમે પણ નહાઇ-ધોઇ ખાઇ-પીઇને વસ્ત્રાલંકારોથી સુસજ્જ થઇને રમવા જાજો.

હે પરીક્ષિત ! માતા યશોદાનું મન પ્રેમના બંધનથી બંધાયેલું હતું, તેઓ આ રીતે સમગ્ર જગતના શિરોમણિ ભગવાનને પોતાના પુત્ર માનતા હતા. એટલે ઉપર કહ્યા પ્રમાણે બોલીને રામ તથા કૃષ્ણનો એક એક હાથ પોતાના એક એક હાથમાં પકડીને પોતાને ઘેર લઇ આવ્યાં. પછી તેણે પોતાના પુત્રના શુભોદયને માટે જે કાંઇ કરવાનું હતું તે બધું ખૂબજ પ્રેમથી કર્યુ. નંદરાય આદિ વૃદ્ધ ગોવાળિયા ગોકુળમાં મોટા ઉત્પાત થતા જોઇ, ભેળા થઇને વ્રજના હિતનો વિચાર કરવા લાગ્યા.

તેઓમાં ઉપનંદ નામનો એક ગોવાલ કે જે દેશકાળના તત્ત્વને જાણનારો, જ્ઞાન તથા અવસ્થાથી મોટો અને બળભદ્ર તથા શ્રીકૃષ્ણનું પ્રિય કરનારો હતો, તે બોલ્યો કે- આપણને ગોકુળનું હિત કરવાની ઇચ્છા હોય તો અહીંથી ચાલ્યા જવું જોઇએ, કેમકે બાળકોનો નાશ કરે એવા મોટા ઉત્પાતો અહીં આવે છે. બાળકોને મારનારી રાક્ષસીના હાથથી આ બાળક દૈવ ઇચ્છાથી બચ્યો છે. વળી ગાડું માથે ન પડ્યું એ પણ ભગવાનના અનુગ્રહથી જ.

એક દૈત્ય વંટોળિયાનારૂપથી આ શ્રીકૃષ્ણને નિરાધાર આકાશમાં લઇ ગયો હતો અને પાછો શિલા ઉપર પડ્યો, ત્યાં પણ આ કૃષ્ણની મોટા દેવતાઓએ રક્ષા કરી છે. ઋડની

વચમાં આવી જતાં પણ આ અથવા બીજો કોઇ બાળક મરણ પામ્યો નહીં, એ પણ ભગવાને જ રક્ષા કરી છે.

માટે હવે બીજો કોઇ ઉત્પાતી અનર્થ વ્રજમાં આવે એ પહેલાં બાળકોને લઇને પરિવાર સહિત આપણે બીજે ઠેકાણે ચાલ્યા જવું જોઇએ. વૃન્દાવન નામનું વન પશુઓને અનુકૂળ અને ગોવાળિયા ગોપીઓ તથા ગાયોએ સેવવા જેવું છે. એમાં પર્વત, ખડ અને લતાઓ પણ સારાં છે, તેથી એ વૃન્દાવનમાં આજે જ જવું જોઇએ. માટે તમારી સૌની રુચિ હોય તો તરત ગાડાં જોડો અને ગાયોના ધણને આગળ ચાલતાં કરો.

આ વાત સાંભળી એકમત થયેલા ગોવાળિયાઓ સારું એમ બોલી પોતપોતાનાં ગાડાં જોડી તથા તેઓ પર સરસામાન ચઢાવી ચાલ્યા. વૃદ્ધ, બાળકો અને સ્ત્રીઓને ગાડાંમાં બેસાડી તથા સર્વે સરસામાનને ગાડાંઓમાં ભરી સાવધાન અને ધનુષ જેમણે હાથમાં લીધાં હતાં, એવા ગોવાળો ગાયોના ધણને આગળ કરી, ચારેકોર શીંગડીઓ વગાડતા અને તુરીના શબ્દ કરતા કરતા વૃન્દાવનમાં ગયા.

ગાડાંઓમાં બેઠેલી, સ્તન ઉપર લગાવેલાં નવાં કેસરથી શોભતી, સારાં વસ્ત્રવાળી અને જેઓએ ગળામાં પદક નામના આભૂષણો પહેર્યાં હતાં, એવી ગોપીઓ આનંદથી ભગવાનની લીલાઓનું ગાયન કરતી હતી. ભગવાન અને બળભદ્રની સાથે એક ગાડાંમાં બેઠેલી અને પુત્રની વાતો સાંભળવામાં તત્પર રહેલી યશોદા અને રોહિણી પોતાના પુત્રોને લીધે શોભતી હતી. જે વૃન્દાવન સર્વકાળમાં સુખદાયી છે, તેમાં પ્રવેશ કરીને ત્યાં ગાડાંઓ વતે અરધા ચંદ્રમાના જેવો વ્રજનો આવાસ કર્યો.

હે રાજા ! વૃંદાવન, ગોવર્ધન અને યમુનાજીના કાંઠાઓ જોઇને બળભદ્ર અને શ્રીકૃષ્ણને બહુ જ આનંદ થયો. આ પ્રમાણે બાળલીલાથી અને મનોહર વાક્યોથી વ્રજવાસીઓને પ્રીતિ ઉપજાવતા બળભદ્ર અને શ્રીકૃષ્ણ યોગ્ય કાળે વાછરડાંઓને ચરાવતા થયા.

રમતનાં અનેક સાધનો રાખતા એ બાળકો બીજા બાળકોની સાથે વ્રજથી થોડેક છેટે વાછરડાં ચારવા લાગ્યા. કોઇ સમયે વેણું વગાડતા હતા, કોઇ સમયે બીલાં અને આમલાં આદિ પદાર્થોને ફેંકતા હતા. કોઇ સમયે ઘુઘરીઓવાળા પગથી પ્રહાર કરતા હતા અને કોઇ સમયે છોકરાઓજ ધાબળા ઓઢીને બળદ થતા હતા, આ રીતે રમતા હતા.

કોઇ સમયે બલરામ અને શ્રીકૃષ્ણ પણ બળદ જેવા થઇ નાદ કરતાં કરતાં સામસામા વઢતા હતા. કોઇ સમયે હંસ અને મયૂરાદિક પ્રાણીઓના શબ્દથી ચાલા પાડીને પ્રાકૃત બાળકની પેઠે ફરતા હતા. એક સમયે એ શ્રીકૃષ્ણ અને બળભદ્ર પોતાના મિત્રોની સાથે યમુનાજીને કાંઠે વાછરડાં ચારતા હતા, ત્યાં તેઓને મારવા સારુ દૈત્ય આવ્યો.

વાછરડાનું રૂપ ધારણ કરીને વાછરડાંના ટોળામાં મળી ગયેલા તે દૈત્યને જોઇ, ભગવાન તો તેને ઓળખી જ ગયા. તેમણે બળરામને આ અસુરની માયા બતાવી. ભગવાને એક યુક્તિ કરી. તેમણે એક પછી એક વાછરડાને પકડવા માંડ્યા અને છોડતા ગયા.

આમ કરતાં કરતાં ભગવાન પેલા વાછરડારૂપધારી દૈત્ય પાસે આવ્યા. તેના પાછલા પગ અને પૂંછડી પકડીને હવામાં જોરથી ઘુમાવ્યો, પછી હાથમાંથી છોડી દીધો અને

અંતરિક્ષમાં મોકલી દીધો, તે નિષ્પ્રાણ થઈ ગયો. તેનું શરીર કોઠાના વૃક્ષ સાથે અથડાયું અને વાછરડાની કાયા દૈત્યની થઈ ગઈ. આ રાક્ષસ એટલે જ વત્સાસુર.

સર્વલોકોના મુખ્ય પાલક એ બે ભાઇઓ વાછરડાંઓના પાલક થઇને, પ્રાતઃકાળનું જમણ સાથે લઇ, વાછરડાંઓને ચારતા ચારતા ફરતા હતા. એક દિવસે સર્વે લોકો પોતપોતાનાં વાછરડાંનાં ટોળાંને પાણી પાવા સારુ જળાશયની પાસે ગયા અને ત્યાં વાછરડાંઓને પાણી પાઇને પોતે પાણી પીતા હતા.

એ બાળકોએ તે સ્થળમાં વજ્રથી ભેદાઇને જાણે પર્વતનું શિખર પડેલું હોય, એવું એક મોટું પ્રાણી દીઠું. એ મોટો બગલાનારૂપને ધારણ કરનારો બકાસુર હતો. તીખી ચાંચવાળો એ બળવાન બકાસુર આવીને તરત ભગવાનને ગળી ગયો.શ્રીકૃષ્ણને મોટા બગલાએ ગળેલા જોઇને બળભદ્રાદિક બાળકો પ્રાણ વિના ઇંદ્રિયોની પેઠે જડ થઇ ગયા.

નંદરાયના પુત્ર કે જે બ્રહ્માના પણ પિતા છે, એવા શ્રીકૃષ્ણે અગ્નિની પેઠે બકાસુરનું તાળવું બાળવા માંડયું, તેથી બકાસુરે તેમને ઓકી કાઢ્યા, પણ પાછો બહુ ક્રોધને લીધે બકાસુર તેમને ચાંચથી મારવા આવ્યો. સત્પુરુષોના પતિ અને દેવતાઓને આનંદ આપનાર ભગવાનને ચાંચથી મારવા આવતા કંસના મિત્ર બકાસુરને તેની ચાંચના બે ભાગોમાં પકડી, બીજા બાળકોના દેખતાં જ લીલામાત્રથી ઘાસની સળીની પેઠે ચીરી નાખ્યો.

એ સમયમાં સ્વર્ગના રહેવાસી દેવતાઓ બકાસુરને મારનાર ભગવાનને નંદનવનનાં મલ્લિકા આદિનાં પુષ્પોથી વધાવવા લાગ્યા, અને દુંદુભિ, શંખનાદ તથા સ્તોત્રોથી સ્તુતિ કરવા લાગ્યા, કે જે જોઇને ગોવાળ બાળકો વિસ્મય પામી ગયા.

ઇંદ્રિયો પ્રાણને પામીને જેમ સુખ પામે, તેમ બકાસુરના મોઢામાંથી મુકાએલા ભગવાનને પામી, સુખ પામેલા બળભદ્રાદિ બાળકોએ ઠેકાણે આવેલા તે ભગવાનનું આલિંગન કર્યું અને પછી વાછરડાંઓને એકઠાં કરી વ્રજમાં આવીને તે વાત સૌની પાસે કરી દેખાડી.

એ વાત સાંભળી વિસ્મય પામેલા અને બહુજ પ્રીતિથી આદરયુક્ત થયેલા ગોવાલિયા અને ગોપીઓ પરલોકથી આવેલાને જેમ જુએ તેમ, તૃષ્ણા ભરેલી આંખોથી જોવા લાગ્યાં અને બોલવા લાગ્યાં કે- અહો ! આ બાળકને માથે ઘણી ઘણી ઘાતો આવી પણ જેઓ ઘાત કરવા આવ્યા તેઓનું જ ભૂંડું થયું; કેમકે એ લોકોએ બીજાઓને ભય ઉત્પન્ન કરેલ હશે.

એ લોકો ભયંકર હોવા છતાં પણ આ બાળકનો પરાભવ કરી શકતા નથી. મારવાની ઇચ્છાથી આની પાસે આવીને પતંગિયાં જેમ અગ્નિમાં પડીને નાશ પામે તેમ નાશ પામી જાય છે.

અહો ! વેદ જાણનારાઓનાં વચન કદી પણ ખોટાં પડે નહીં. મહાત્મા ગર્ગાચાર્ય જેવું કહી ગયા હતા તેવું જ દેખવામાં આવ્યું. આવી રીતે આનંદથી શ્રીકૃષ્ણ તથા બળભદ્રની વાતો કરતા અને આનંદ પામતા નંદાદિક ગોવાલિયાઓને સંસારની વેદના જાણવામાં પણ આવતી ન હતી.

આ પ્રમાણે જ છુપાઇ જવું, સડક બાંધવી અને વાંદરાની પેઠે કૂદવું ઇત્યાદિક કુમાર અવસ્થાની રમતોથી એ બન્ને ભાઇઓએ વ્રજમાં કુમાર અવસ્થા વ્યતીત કરી.

૯

પાઠ : ૯ ઘેનુકાસુરનો વધ

- પાઠ : ૯ ઘેનુકાસુરનો વધ

દશમ સ્કંધના પંદરમા અધ્યાયમાં બળરામ દ્વારા કરાયેલા ઘેનકાસુરવધની કથા તથા કૃષ્ણ-બળરામે તાડના વનમાં કરેલા પ્રવેશની કથા છે.અહીં ભગવાન શ્રી કૃષ્ણએ છઠ્ઠા વર્ષમાં પ્રવેશ કર્યો ત્યારે કરેલાં પરાક્રમોનું વર્ણન આવે છે. પ્રભુ હવે છ વર્ષની વયના થયા હોઈ તેઓ વાછરડાં નહીં પણ ગાયો ચરાવવા લાગ્યા હતા. આ છ વર્ષની વયને શુકજીએ 'પૌગણ્ડવય' કહી છે.

પૌગણ્ય શબ્દનો સંસ્કૃત શબ્દકોશમાં અર્થ આ પ્રમાણે આપ્યો છે. 'પાંચથી સોળ વર્ષની વય નો છોકરો.'વૃંદાવનની રમણીય સુંદરતા જોઈ પ્રભુને વૃંદાવનવિહાર કરવાનું મન થયું. હવે પ્રભુ પૌગણ્ડવયના બન્યા હોઈ તેમની ઈચ્છાઓ પરિપક્વ થવા માંડી હતી.

જેમ કોઈ નાનું બાળક મોટું થતું જાય તેમ તેનાં રમકડાં બદલાતાં જતાં હોય છે તેવું જ અહીં પણ થયું. આ વૃંદાવન આમ તો મધુ નામના રાક્ષસનું વન હોઈ તે મધુવન નામે ઓળખાતું પણ પછી મધુની પુત્રી વૃંદાના ભાગમાં આ વન આવ્યું તેથી વૃંદાવનની ભૂમિ પણ ધન્ય બની હતી.કૃષ્ણ-બળરામ વૃંદાવન વિહાર કરી રહ્યા હતા ત્યારે શ્રીદામા નામના એક ગોવાળિયાએ કહ્યું,

'અહીંથી થોડે દૂર તાડનું એક વન છે. તે વનમાં ઘેનુકાસુર નામનો રાક્ષસ રહે છે. જે કોઈને વનફળો ખાવા દેતો નથી અને અમને ફળ ખાવાની ઈચ્છા થઈ છે.' શ્રીદામાના સૂચનને બંને ભાઈઓએ વધાવી લીધું અને તાડવનમાં જવા તૈયાર થયા.

સર્વપ્રથમ બળરામ ફળ તોડવા તૈયાર થયા. ત્યાં જ ઘેનુકાસુર આવ્યો તેણે બળરામ પર આક્રમણ કર્યું. બળરામે તેના પાછલા પગ પકડીને આ અસુરને ચારે તરફ ચક્કર ચક્કર ફેરવ્યો. પછીથી તાડના વૃક્ષ પર જોરથી પટક્યો. અસુર મરણ પામ્યો પણ તેના પટકાવાથી વૃક્ષો પરનાં ફળો ધરતી પર પડવાં માંડ્યાં. ગોપબાળોને તો મજા પડી ગઈ. તેઓ ફળો વીણવા માંડ્યાં. આ દશ્ય જોઈ કૃષ્ણ-બળરામ અને ગોપબાળો બધા ગાતા-

નાચતા સંધ્યાકાળે વ્રજમાં આવ્યા. યશોદા અને રોહિણીએ બંનેને ભોજન કરાવ્યું.

એક દિવસ શ્રી કૃષ્ણ એકલા જ બળરામને લીધા વગર, અન્ય ગોપબાળો સાથે યમુના તટે આવ્યા. યમુનાજી તો કૃષ્ણની મહારાણી છે. તેમનું બીજું નામ કાલિન્દી છે, કૃષ્ણ પણ છે.

શ્રી કૃષ્ણે વિચાર્યું, 'મારા અને કાલિન્દીના મિલનમાં યમુનામાં રહેતો કાલીયનાગ આડખીલીરૂપ છે. માટે તેનો નાશ કરવો જોઈએ.' એ પછી કાલીય નાગદમન ની સુંદર લીલા પ્રભુએ કરી.

10

પાઠ : ૧૦ બ્રાહ્મણ સ્ત્રીઓ પર અનુગ્રહ

- પાઠ : ૧૦ બ્રાહ્મણ સ્ત્રીઓ પર અનુગ્રહ

દશમ સ્કંધના 23 મા અધ્યાયમાં ભગવાને બ્રાહ્મણ સ્ત્રીઓ પર કરેલા અનુગ્રહ (કૃપા) ની કથા છે. અગાઉની એક લીલામાં ગોવાળોએ ભૂખ ભાંગવા માટે અન્નની માગણી કરી હતી. તેમણે કૃષ્ણ-બળરામને કહ્યું હતું કે આ ક્ષુધા અમને પીડ છે તો તેની શાંતિ કરો.

ગોવાળોની આવી વિનંતી સાંભળીને ભગવાનને મથુરાવાસી બ્રાહ્મણપત્નીઓનું સ્મરણ થઈ આવ્યું. તેમણે કહ્યું, 'હે ગોપબાળો ! આ સ્થળથી થોડેક દૂર વેદપરાયણ બ્રાહ્મણો આંગિરસ નામનો યજ્ઞ કરી રહ્યા છે. તમે ત્યાં જાઓ અને અમારા બંનેનાં નામો આપીને તેમની પાસેથી ભોજનસામગ્રી લઈ આવો.'

ગોપબાળો તો પહોંચી ગયા અને બ્રાહ્મણોને પ્રણામ કરીને કહ્યું, 'કૃષ્ણ-બળરામ ભૂખ્યા થયા છે તો તેમને માટે ભોજન આપવા વિનંતી છે.'

ગોપબાળોની આવી વિનંતીમાં યજ્ઞ કરનારા બ્રાહ્મણોને પોતાના યાજ્ઞિકત્વનું અપમાન લાગ્યું તેથી તેમણે માગણીનો અસ્વીકાર કર્યો. ગોવાળો તો નિરાશ થઈ ભગવાન પાસે પાછા ફર્યા ત્યારે ભગવાને કહ્યું, 'નિરાશા છોડો અને હવે તમે આ બ્રાહ્મણોની પત્નીઓ પાસે જઈને માગણી કરો.

તમારી માગણીનો તેઓ અવશ્ય સ્વીકાર કરશે.' ગોપબાળો તો ગયા બ્રાહ્મણપત્નીઓ પાસે અને મૂકી માગણી. બ્રાહ્મણપત્નીઓ તો પ્રસન્ન થઈ ગઈ. માંહેમાંહે કહેવા લાગી, 'આપણા તો ભાગ્ય ઉઘડી ગયા. સ્વયં પ્રભુએ આપણી પાસે ભોજન માગ્યું છે.' બ્રાહ્મણપત્નીઓ તો અનેકવિધ ભોજનસામગ્રી લઈને જાતે જ કૃષ્ણ-બળરામ પાસે ગઈ. તેમણે કૃષ્ણનું જે દર્શન કર્યું.

તેનું વર્ણન આ અધ્યાયના બાવીસમા શ્લોકમાં છે જેનો અર્થ એવો છે કે 'ભગવાન શ્યામસુંદર છે, પીતાંબરધારી છે, મુરલીમનોહર છે, વનમાળીધારી છે, પાંદડાનો તેમણે શણગાર કર્યો છે, નટે કે અભિનેતા જેવો વેષ ધારણ કર્યો છે, તેમનો એક હાથ ગોવાળિયાના ખભા પર છે તો બીજા હાથમાં કમળ છે.

તેમના હાથમાં કમળકુંડલ છે, વાંકળિયા વાળ છે અને મુખારવિંદ પર સુંદર હાસ્ય છે.' આવા પ્રભુને જોઈ બ્રાહ્મણ સ્ત્રીઓ અતિ પ્રસન્ન થઈ ગઈ. પ્રભુએ તેમને કહ્યું, 'હે પૂજ્ય બ્રાહ્મણનારીઓ, તમે યજ્ઞભૂમિ પર પાછા જાઓ જ્યાં તમારા પતિદેવો તમારી સાથે બેસીને યજ્ઞની પૂર્ણાહુતિ કરશે.' પ્રભુનો આવો આદેશ સાંભળીને બ્રાહ્મણસ્ત્રીઓએ કહ્યું, 'હે પ્રભો, અમે તો તમારાં ચરણોને પ્રાપ્ત કર્યા છે, તેથી હવે અમારા પતિદેવો અને પુત્રો અમારો સ્વીકાર નહીં કરે.'

શ્રીકૃષ્ણે કહ્યું, 'હે વંદનીય દેવીઓ, તમારો આદર તો દેવો પણ કરે છે તો પતિઓ અને પુત્રો શું કામ નહીં કરે ? માટે કોઈ પણ પ્રકારનો ભય રાખ્યા વગર પાછા ફરો.' આખરે બ્રાહ્મણસ્ત્રીઓએ પ્રભુના આદેશનું પાલન કર્યું અને જતાં જતાં પ્રભુને પ્રણામ કર્યા. બ્રાહ્મણસ્ત્રીઓના ગયા પછી જે ભોજનસામગ્રી મળી આવી તેનું ગોપબાળોએ સાથે બેસીને ભોજન કર્યું આ તરફ જ્યારે બ્રાહ્મણોએ આ સમાચાર મળ્યા ત્યારે ખૂબ પસ્તાવા લાગ્યા, કેમ કે કંસના ડરથી તેમણે ભોજન મોકલ્યું ન હતું.

આ રીતે પશ્ચાતાપ કરતા બ્રાહ્મણો પોતાને ધિક્કારવા લાગ્યા અને બોલવા માંડ્યા : 'એવો જન્મ ધિક્કારવા યોગ્ય છે જે સંસ્કારી કુળમાં નથી થયો, એવું વ્રત અને જ્ઞાન પણ ધિક્કારવા યોગ્ય છે જેમાં ઈશ્વરની કૃપા નથી. એવું કુળ અને એવી ક્રિયા પણ ધિક્કારપાત્ર છે જે પ્રભુવિમુખ છે.' બ્રાહ્મણો પરસ્પર કહેવા લાગ્યા, 'આપણા કરતાં આપણી પત્નીઓ ભાગ્યશાળી છે કેમ કે તેમને કૃષ્ણ-બળરામનાં દર્શન થયાં.'

આ રીતે આ અધ્યાયમાં પ્રભુએ બ્રાહ્મણપત્નીઓ પર કરેલા અનુગ્રહની અને બ્રાહ્મણોના પશ્ચાતાપની કથા કહેવાઈ છે.

11

પાઠ : ૧૧ ગોવર્ધન લીલા

- પાઠ : ૧૧ ગોવર્ધન લીલા

શ્રીમદ્ ભાગવતના દશમ સ્કંધનો આ ચોવીસમો અધ્યાય અત્યંત મહત્ત્વનો ગણાય છે. અહીં રૂઢિભંજક અને ક્રાંતિકારી શ્રી કૃષ્ણનાં દર્શન થાય છે. ગોવર્ધન પર્વતની પૂજા કરવાની અને પરંપરાથી ચાલી આવતી ઇન્દ્રપૂજાની અંધશ્રદ્ધામાંથી વ્રજવાસીઓને મુક્ત થવાની હાકલ કૃષ્ણે કરી. વ્રજમાં બળદેવની સાથે રહીને ભગવાન કૃષ્ણે જોયું કે ગોવાળિયાઓ તો ઇન્દ્રયાગ કરવા તત્પર થયા છે.

ગોપબાળોને ઇન્દ્રયાગ કરતા જોઈને શ્રી કૃષ્ણે નંદરાયને પૂછ્યું, 'આ શેનો ઉત્સવ ઊજવાય છે ? કયો યજ્ઞ કરાઈ રહ્યો છે ? એનું કયું ફળ મળશે ?'

નંદરાયે કહ્યું, 'હે લાલા, આપણા વ્રજની એક ચાલી આવતી પરંપરા છે, રૂઢિ છે, ક્રિયાકાંડ છે કે ઇન્દ્રનું પૂજન-અર્ચન અને ઇન્દ્રયાગ કરવાથી વરુણદેવ પ્રસન્ન થઈને વરસાદ વરસાવે છે. ઇન્દ્રની કૃપાથી જ વ્રજ હર્યુંભર્યું રહે છે તેથી પ્રતિવર્ષ ઇન્દ્રયાગ કરવામાં આવે છે.'

નંદરાયનો મત જાણી સસ્મિત વદને કૃપાનિધાન શ્રી કૃષ્ણે કહ્યું, 'હે બાબા, આ સંસારમાં જે કંઈ થાય છે તે સઘળું આપણાં કર્મોને આધિન છે અને નહીં કે કોઈ દેવની કૃપાથી થાય છે.

કર્મ જ આપણો ગુરુ છે, કર્મની જ પૂજા કરો. ચાર વર્ણોની રચના પણ કર્મ કરવા માટે થઈ છે. વરસાદ કોઈની કૃપાથી નહીં, પણ પ્રકૃતિની રચનાથી વરસે છે. વાદળોનો ગુણ છે કે એ વરસે જ. વળી આપણે તો વનવાસી છીએ તેથી પૂજા કરવી હોય તો બ્રાહ્મણ, ગાયમાતા અને પર્વતની કરવી જોઈએ.

માટે એવા યજ્ઞનો પ્રારંભ કરો. આટલું કહ્યા પછી શ્રી કૃષ્ણે નંદબાબાને કહ્યું, 'સૌ વ્રજવાસીઓના ઘરેથી મિષ્ટ ભોજનસામગ્રી મંગાવો, હવનની તૈયારી કરાવો, બ્રહ્મભોજન કરાવો અને યજ્ઞપ્રસાદને કોઈ પણ પ્રકારના જાતિભેદ વગર સૌને આપો. આ પ્રસાદના

અધિકારી પશુ-પંખીઓ અને ઈશ્વરે સર્જેલા તમામ જીવો છે.'

અને પછી કૃષ્ણના ક્રાંતિકારી વિચારો આવે છે. અત્યાર સુધી રૂઢિના દાસ બનીને, ગતાનુગતિકપણાને વળગી રહેનાર વ્રજવાસીઓને સંબોધીને જાણે કહેતા હોય તેમ શ્રીકૃષ્ણ બોલ્યા, 'ઈન્દ્રયાગનો ત્યાગ કરો અને ગોવર્ધન પર્વતની પૂજા આરંભો.

ગોવર્ધનની પરિક્રમા કરો અને ગોવર્ધનની પરિક્રમા કરો અને ગોવર્ધનનાથજીનો ઉત્સવ ઊજવો.' અને કૃષ્ણ બોલ્યા, 'હું ગિરિરાજ છું.' આટલું કહીને ગોવર્ધન પર્વતમાં પ્રભુએ પોતાનું 'અન્યતમ' રૂપ પ્રગટ કર્યું અને ગોવાલિયાઓએ ધરાવેલા અન્નકૂટ આરોગવા લાગ્યા.

આવા દશ્યને જોઈને જ કવિએ ગાયું છે 'ભાતના ઢગલામાં ગિરિરાજ ગોવર્ધનજી છૂપાઈ ગયા છે.' ભગવાન પોતે પણ ગિરિરાજને નમ્યા અને સૌ વ્રજવાસીઓને સંબોધીને તેમણે કહ્યું, 'હે વ્રજવાસીઓ, ગોવર્ધન પર્વતની પૂજા કરો, વ્રજભૂમિની પૂજા કરો અને વ્રજની માટીનું તિલક કરો. ગાયની સેવા કરો, પશુપાલન કરો.

સ્વર્ગના ઈન્દ્રને કોણે જોયા છે ? આપણી દષ્ટિ સમક્ષ તો આ ગોવર્ધન છે. આ ગિરિરાજ તો દેવોના રાજા ઈન્દ્રથી પણ મહાન છે.'ભગવાનની આવી અદ્ભુત વાણીથી પ્રભાવિત થયેલા વ્રજવાસીઓએ ગોવર્ધનની પૂજા કરી અને સૌ એકસાથે બોલી ઊઠ્યા, 'શ્રી કૃષ્ણ-બળરામ કી જય.'

ગોવર્ધન લીલા સમાપ્ત.

12

પાઠ : ૧ ૨ નાગ દમન

- પાઠ : ૧ ૨ નાગ દમન

પોતે જ અનેક સ્વરૂપો ધારણ કરી પોતાની સાથે જ ખેલવા વાળા પૂર્ણપુરુષોત્તમ શ્રી કૃષ્ણએ વ્રજલીલા માં જે લીલાઓ કરી તેમાંની ત્રણ લીલાઓ ના ૩ સ્વરૂપો બન્યાં અને ૩ સ્વરૂપોમાં નું એક સ્વરૂપ એટલે નાગદમન લીલા અને તેનું નાગદમન સ્વરૂપ છે.

- નાગદમન વાર્તા

રમણક દ્વીપમાં નાગ સર્પ ના અનેક પરિવાર રહેતા હતાં.વિષ્ણુ વાહન ગરુડ ત્યાં આવીને અસંખ્ય નાગો નો સંહાર કરતો હતો .તેથી એક દિવસ ગરુડ ના ભય થી થાકેલા સર્પો એ ગરુડને કહ્યું કે દરરોજ પ્રત્યેક ઘરમાંથી એક એક સર્પનો તુ બલિ લે પણ આ રીતે પ્રતિદિન અમારો નો વિનાશ કરવાનું બંધ કર.

સર્પો ની આ વાત ને ગરુડ રાજે સંમતિ આપી પરંતુ કાલિયાનાગે તેનો(ગરુડનો) વિરોધ કર્યો આ વાતની ખબર પડતાં જ આથી ગરુડ કાલિયનાગ ને દંડ દેવા માટે આવ્યો આથી કાલિયનાગ ગરુડરાજ થી બચવા માટે દેવાધિદેવ શેષ જનાર્દન નાં શરણે ગયો.

કાલિયને દીન અને ભયભીત જોઇને શેષ જનાર્દને કહ્યું કે હે કાલિય તમે વૃંદાવન માં આવેલ યમુનાજી ના નીર માં વસવાટ કરો આ સાંભળીને કાલીય નાગે પૂછ્યું કે પૃથ્વી પર મને એવું એક પણ સ્થાન મળ્યું નથી કે જ્યાં મને ગરુડ નો ભય નહી હોય તો પછી વૃંદાવન ધામ તેમાંથી બાકાત શા માટે છે? ત્યારે શેષ જનાર્દને કહ્યું કે એક સમયે સૌભરી નામના ઋષિ વૃંદાવન માં યમુનાજી જળમાં ઊભા રહીને તપ કરી રહ્યાં હતાં.

તે જળમાં મીનરાજ નો પરિવાર પણ તેમની આસપાસ વિહાર કરતો હતો મીનરાજ નાં પરિવાર ને જોઇને સૌભરી ઋષિને અત્યંત આનંદ થતો એક દિવસ ગરુડે મીનરાજને મારી નાખ્યો અને તેના પરિવારનું ભક્ષણ કર્યું આ જોઇને મુનિશ્રેષ્ઠ સૌભરી એ ગરુડને શાપ

આપ્યો કે તે કયારેય પણ વૃંદાવનમાં યમુનાજીનાં કુંડમાં આવીને બળપૂર્વક માછલીઓનું ભક્ષણ કરશે તો તેનું મૃત્યું થશે.

તે દિવસ થી ભયભીત થયેલો ગરુડરાજ વૃંદાવન થી દૂર રહેવા લાગ્યો અને પ્રભુ જનાર્દન ની વાત સાભળી કાલિય પોતાના પરિવાર સહિત યમુનાજીના જલમા આવીને રહેવા લાગ્યો. કાલિય નાગ ને પોતાના પરિવાર સહિત યમુનાજી માં રહેવાની અનુમતિ મળી હતી,પણ યમુનાજી ના જળમાં કે જળની આસપાસ જે જીવો વસી રહ્યાં છે તેનો વસવાટ છીનવી લેવાની અનુમતિ નહોતી મળી.યમુનાજીના જળમાં વસવાટ કરવાને કારણે કાલિયનાગ પર થી ગરુડરુપી મૃત્યુ નો ભય ઓછો થતાં જ કાલિય માં "હું"કાર નું અભિમાન આવ્યું અને તેને લાગવા લાગ્યું કે આ મારું નિવાસ સ્થાન છે અને અહીં મારો અને મારા પરિવાર નો અધિકાર છે માટે બીજા કોઇ નો અધિકાર નથી.

શ્રી મહાપ્રભુજી સમજાવે છે કે કાલિયનાગને યમુનાજીનાં જળમાં શરણ માં સ્થાન મળ્યું તે પુરતું ન હતું પણ જેણે આશ્રય આપ્યો તેનો ગુણ ભૂલી જઇને ઇર્ષારુપી વિષ થી યમુનાજીના નીર ને પણ વિષયુક્ત કર્યું.

શ્રી શુકદેવજી કહે છે કે કાલિયનાગે યમુનાજીનાં નીરને એટલું વિષયુક્ત કર્યું કે યમુનાજીના જળમાંથી અગ્નિથી પણ પ્રબળ જ્વાળાઓ ઉડતી.યમુનાજીના વિષેલા જળના ઉછળતાં મોજાઓ જ્યારે નાના નાના બિંદુઓ નું સ્વરુપ બની ને બહાર આવતાં ત્યારે કિનારા પરનું ઘાસ,વૃક્ષ,પશુ,પક્ષીઓ,કીટકો વગેરે પણ મરણ ને શરણ થતાં,યમુનાજી ની ઉપર ઉડતાં પંખીઓ ને અંશમાત્ર જ્વાળા લાગતાં પણ તેઓ મૃત્યુ ને ભેટતાં અને ગ્રામવાસીઓને પાણી મેળવવા માટે દૂર દૂર સુધી જવું પડતું.

વૃંદાવન વાસીઓ ની આ દુર્દશા જોઇને દુષ્ટો નું દમન કરવા માટે જેનો અવતાર થયો છે તેવા નંદનંદન શ્રી કૃષ્ણએ ગેંદ લેવાના બ્હાને યમુનાજી ના ધૂના માં ગયાં અને કાલિયનાગ સાથે તેમણે લડાઇ કરી.નાના બાળક દેખાતા કૃષ્ણ સામે કાલીય નાગ પોતાનું બાહુ બળ દર્શાવતો લડવા લાગ્યો.

જે બાળક ને નાનો અને તુચ્છ ગણ્યો હતો તેવા કૃષ્ણકનૈયા ના બાહુ બળ અને બુધ્ધિ બળ પાસે કાલિય નો પરાજય થયો.વાંરવાર લડવાનો મોકો શોધતાં શોધતાં કાલિયાએ એટલા ચક્કર ફર્યા કે.

ચક્કર ફરતાં ફરતાં તેની શક્તિ ક્ષીણ થવા લાગી. તે સમયે તેની ફણાં નમાવી ને કાલિયાના મસ્તક ઉપર કૃષ્ણ ચઢી ગયાં અને સમગ્ર કલાના ગુરુ કૃષ્ણ કનૈયા નૃત્ય કરવા લાગ્યાં વ્રજનાં વ્રજનંદન નૃત્ય કરવાને તત્પર બન્યાં છે તે જાણીને તે વખતે ગંધર્વ,સિધ્ધ,મુનિ,દેવો મૃદંગ,પિનાક,પણવ,અમૃત દંદુભિ વગેરે વાદ્યો વગાડવા લાગ્યાં,દેવસ્ત્રીઓ સ્તુતિ કરીને પુષ્પોની વૃષ્ટિ કરવા લાગી અને શ્રી કૃષ્ણ એ કાલિયનાગના ફણા ઓ પર તાંડવનૃત્ય કર્યું અને તે તાંડવ દ્વારા વારંવાર તેના માથા પર પ્રહાર કરવા લાગ્યાં.વારંવાર પદપ્રહાર થી કાલિય થાકી ગયો તેની ફણાઓ જર્જરીત બની ગઇ તેના મો માંથી લોહી પડવા લાગ્યું.

આમ કૃષ્ણએ તેના અભિમાન રૂપી મસ્તકનું દમન કર્યું.નાગ પત્નીઓએ પોતાના પરિવાર સહીત યશોદાનંદન ની સ્તુતિ કરી પોતાના સ્વામીના અપરાધો ની ક્ષમા માગવા લાગી અને શરણે આવેલા કાલિયાએ પણ પ્રભુની સ્તુતિ કરી ક્ષમા માગી,ત્યારે શ્રી પ્રભુ એ તેને યમુનાજી નો ઘરો છોડીને ક્ષીરસાગરમાં જઇને રહેવાની આજ્ઞા આપી ત્યારે કાલિયાએ કહ્યું કે મને ગરુડ રાજ નો ભય છે ત્યારે પ્રભુ એ કહ્યું કે તારા મસ્તક ઉપર મારા ચરણચિન્હ છે તેથી ગરુડ તને ખાઇ શકશે નહીં.

પ્રભુની આજ્ઞાને માથે ચડાવીને કાલિય નાગ પોતાના પરિવાર સહીત યમુનાજી ના જળ વાળું નિવાસસ્થાન છોડીને ક્ષીરસાગરમાં રહેવા ચાલી ગયો.આપણા પુરાણો કહે છે કે જેણે તમારા ઉપર ઉપકાર કર્યો તેનું તમે સારું ન કરી શકો તો કંઇ નહીં પરંતુ તેમના વિષે ન તો ખરાબ વિચારવુ અને ન તો તેમનું ખરાબ કરવું.

આપણા શ્રી મહાપ્રભુજી પૂછે છે કે નાગદમન ની લીલા માં પ્રભુએ કાલિય રૂપી અભિમાની મસ્તકના ચુરેચુરા કર્યા પરંતુ બીજી એ સત્યતા એ પણ છે કે જે પ્રભુના ચરણારવિંદ ની રજ માત્ર લેવા માટે મનુષ્યો અગાધ શુભકાર્યો રૂપી કમૌ કરે છે અને ઋષિ,મુનિ ઓ હજારો વર્ષો સુધી તપ કરે છે,લક્ષ્મી,બ્રહ્મા,શિવ આદિને જે ચરણારવિંદ ની ચરણધૂલિની આકાંક્ષા રહેલી છે તેવા ચરણ કમળ ની રજ વારંવાર કાલીયનાગ ના મસ્તક પર પડતી રહી તો તેને શાપ ગણવો કે આશીર્વાદ ગણવો?

સંસારચક્ર માં ભટકતાં જીવને જો શ્રી પ્રભુ ના ચરણકમળનાં રજ નો જો અંશ માત્ર પ્રાપ્ત કરી લે તો પણ તેને ઉત્તમ ફળ પ્રાપ્ત થઇ જાય છે.

13

પાઠ :૧૩ વામન અવતાર

અસુરેન્દ્ર બલિ, ભક્ત પ્રહ્લાદ ના પૌત્ર હતા. તે મહાપરાક્રમી અને દાનવીર હતા. વિશ્વજિત યજ્ઞ કરી તેણે અગ્નિદેવ પાસેથી વિશ્વજિત રથ, શુક્રાચાર્ય પાસેથી શંખ અને દાદા પ્રહ્લાદ પાસેથી વૈજ્યન્તીમાલા મેળવી હતી. આ રથ ઉપર બેસી ને પ્રહ્લ્લાદે દેવોને હાંકી કાઢી સ્વર્ગનું રાજય જીતી લીધું. આ રીતે તેમને ત્રણે લોકમાં પોતાનો વિસ્તાર વધાર્યો. ત્યારે ભગવાને દૈત્યો પાસેથી સ્વર્ગ ને શક્તિથી નહિ પણ યુક્તિથી લેવા વિચાર્યું. બલિ ના મદ ને તોડવા માટે વિષ્ણુ એ ત્રેતાયુગમાં વામન અવતાર ધારણ કર્યો.

બલિ એ ઈન્દ્ર ને હરાવ્યો અને ઈન્દ્રાસન મેળવ્યું. પણ તેના પર સો સોમયજ્ઞ કરે તે જ બેસી શકે તે માટે બલિ એ યજ્ઞ કરવાનું શરૂં કર્યું. એક યજ્ઞ બાકી હતો ત્યારેદેવોની માતા અદિતિએ પયોવ્રત કર્યું અને ભગવાનને પ્રાર્થના કરી.

ભગવાને પ્રસન્ન થઇને કહ્યું : 'હું તમારો પુત્ર થઇને અવતરીશ અને દેવોની રક્ષા કરીશ.' પછી ભાદરવા સુદ બારસે બપોરે ભગવાન બટુકરૂપે અદિતિને પેટે અવતર્યા અને તરત જ સાત વરસ ના બાળક થઇ ગયા. બલિ રાજા પાસે યાચના કરવા માટે ભગવાન બટુકરૂપે પ્રગટ થયા કેમ કે માગનાર મોટા બનીને માંગી શકતા નથી તેને નાનું થવુ પડે છે.

ઋષિઓએ બટુકને ઉપનયન સંસ્કાર આપ્યા. આ ઉપનયન સંસ્કાર વખતે બૃહસ્પતિએ બ્રહ્મસૂત્ર, કશ્યપે મેખલા, ચંદ્રમાએ દંડ, બ્રહ્માજીએ કમંડલ, સરસ્વતિએ વર્ણમાલા અને ઋષિએ દર્ભ આપ્યા અને અદિતિએ લંગોટી પહેરાવી.પછી વામનજી બલિરાજાની નગરી તરફ ચાલી નીકળ્યા.

બલિરાજા આ નાના કદ ના બ્રાહ્મણ બાળક ના તેજ ને જોઇને અચરજ માં પડી ગયા. તે વખતે બલિરાજાએ પગ ધોઈ તેમની પૂજા કરી કંઈક માગવા કહ્યું.

વામનને કહ્યું : 'હે રાજા, માત્ર મારાં ત્રણ ડગલાં જેટલી જમીન મને આપો.' બલિરાજાએ કહ્યું : ' તમને માગતા આવડતું નથી. તમે કદ ની સાથે બુદ્ધિમાં પણ નાના છો. તમારી આજિવિકા ચાલે એટલી ભૂમિ તો માંગો !' પણ વામન ભગવાને તો ત્રણ ડગલાંથી વધારે માગવાની ના જ પાડી.

ત્યારે શુક્રાચાર્યને વહેમ પડ્યો કે આ કોઇ સાધારણ બ્રાહ્મણ ન હોય, આ તો વિષ્ણુ જ લાગે છે! તેથી તેમણે રાજા ને કહ્યું : ' દેવોનું કામ કરવા માટે ભગવાને કંઇ યુક્તિ કરી લાગે છે, માટે હવે ના પાડી દે! આ જેવો દેખાય છે તેવો અંદરથી નથી. આવા સમયે ખોટું બોલવામાં પાપ નથી.' બલિરાજા કહે : 'હું એકવાર માંગવાનું કહી ચૂક્યો છું એટલે હવે તેમાંથી પાછો નહીં હઠું! વળી, આજે જો સ્વયં ઠાકોરજી મારી પાસે માંગવા આવ્યા હોય, તો તો મારી સર્વ સેવા ફળી છે'. બલિરાજા એવા ટેકીલા વૈષ્ણવ અને વચનબદ્ધ હતા.

બલિરાજા એ હાથમાં જળ લઇ દાન નો સંકલ્પ કર્યો. સંકલ્પ થતાં જ વામને વિરાટરૂપ ધારણ કર્યું. એ સ્વરૂપ માં બલિરાજાએ આખું જગત દીઠું.

ભગવાને એક પગલાંમાં ધરતી ભરી લીધી,

બીજા પગલાંથી સ્વર્ગને પૂરી લીધું અને

ત્રીજું પગલું ભરવા માટે બલિરાજાની જરા પણ પૃથ્વી બાકી રહી નહી.

ભગવાન નું ચરણ છેક સત્યલોક સુધી પહોંચ્યું હતું; ત્યાં બ્રહ્માજીએ ચરણ ની પૂજા કરી. એ ચરણ ને ધોવાથી પવિત્ર થયેલું ચરણોદક નીચે ધરા પર પડતાં ગંગા નદી થઇ, કે જે સર્વ પાપનો નાશ કરે છે.

પછી વામન ભગવાને બલિરાજા ને કહ્યું: ' હે દૈત્યરાજ, ત્રીજું પગલું ક્યાં મૂકું એ મને જગા દેખાડ! જો તુ નહિ આપે તો તારો નરકમાં વાસ થશે.' તેણે કહ્યું : 'ત્રીજું પગલું મારા મસ્તક ઉપર મૂકો! આપે બે પગલાંથી આખું વિશ્વ ભરી દીધું છે, હું નરકથી બીતો નથી, હું દરિદ્રતાથી પણ બીતો નથી, હું ખોટાં વચનથી ડરું છું.'

વામન ભગવાને બલિરાજા ના માથા ઉપર પગ મૂક્યો. આ રીતે બલિરાજાએ પોતાનું બધું જ દાન કરી દીધું. ભગવાન આ સાંભળી પ્રસન્ન થયા. તેમણે કહ્યું :' હું જેના પર કૃપા કરું છું તેની લક્ષ્મીનો પહેલો નાશ કરું છું. બલિ, તે આપત્તિ માં પણ ધર્મ નો ત્યાગ નથી કર્યો, તેથી હુ તને પાતાળનું રાજ આપું છું. હું ત્યાં તારી રક્ષા કરીશ, અને તને નિરંતર મારાં દર્શન થશે!' આ રીતે ભગવાન બલિરાજા ની ત્યાં દ્વારપાલ તરીકે રહ્યા. બલિ તેમની ઉદારતા માટે વિખ્યાત હતા.

• આમાંથી સાર લેવો જોઇએ જેમ કે...

1. માંગવું હોય તો નાના બનવું પડે.
2. કોઇ પણ કાળે ધર્મ ની રક્ષા કરવી જોઇએ.
3. અભિમાન ના કરવું જોઈએ - તેનો નાશ જ થાય છે.
4. બ્રાહ્મણો એ છે, જે મળે તેમાં સંતોષ રાખે છે.

5. ધન ને, ધર્મ ના કામ માટે, પરિવાર માટે, જરૂરિયાતવાળા માટે, ધંધાના વિકાસ માટે, યશ માટે વિનિયોગ કરવો જોઇએ.

6. કોઇને સારું કામ કરતા રોકવો નહીં.

વામન ભગવાન ની જય

14

પાઠ : ૧૪ પુતનાનો વધ

- પાઠ : ૧૪ પુતનાનો વધ

1. વસુદેવનું વચન ખોટું ન હોય એમ માર્ગમાં વિચાર કરતા અને ઉત્પાત થવાની શંકા રાખતા નંદરાય ભગવાનનું ધ્યાન કરવા લાગ્યા.
2. કંસે મોકલેલી અને બાળકોને મારનારી પૂતના, પુર, ગામડાં અને વ્રજાદિકમાં બાળકોને મારતી મારતી ફરતી હતી.
3. ભગવદ્ગુણના શ્રવણ મનનાદિક જે છે એ રાક્ષસોને હણનાર છે, ભગવદ્ગુણના શ્રવણ મનનાદિક જ્યાં ન હોય તે સ્થળમાં રાક્ષસીઓ પોતાનું કામ કરી શકે છે.
4. આકાશમાં ફરનારી અને યથેષ્ટ રીતે ચાલનારી પૂતના એક દિવસ નંદરાયના વ્રજમાં આવીને માયાથી પોતાના શરીરનો કોઇ ઉત્તમ સ્ત્રી જેવો વેષ બનાવી અંદર પેઠી.
5. એના ચોટલામાં મલ્લિકાનાં ફૂલ ગૂંથેલાં હતાં. મોટા નિતંબ અને સ્તનના ભારથી કેડ લચકી જતી હતી. ઉત્તમ વસ્ત્ર પહેર્યાં હતાં, હાલતાં કુંડલની કાંતિને લીધે ઝળકતા કેશોથી મોઢું શોભી રહ્યું હતું.
6. સુંદર મંદ હાસ્યથી યુક્ત અને નેત્રકટાક્ષથી ગોવાળોનાં મન હરાઇ ગયાં હતાં, તેથી કોઇ ગોવાળોએ તેને અટકાવી નહીં, અને હાથમાં કમળ હોવાથી તે ભગવાનનાં દર્શન સારુ દેહ ધરીને આવેલી લક્ષ્મી જેવી લાગતી હતી, તેથી ગોપીઓ પણ ચૂપ થઇ ગઇ.
7. બાળકોને શોધતી આવતી બાળગ્રહરૂપ પૂતનાએ, યદૃચ્છાથી નંદરાયના ઘરમાં સ્વાભાવિક મોટા તેજથી ઢંકાયેલ હોવાથી રાખથી ઢંકાયેલા અગ્નિની ઉપમા ધરાવનાર અને દુષ્ટ પ્રાણીઓના કાળરૂપ એવા તે બાળકને જોયા.
8. સ્થાવર જંગમોના આત્મારૂપ શ્રીકૃષ્ણ ભગવાન, તેને બાળકોને મારનારી પૂતના જાણીને નેત્ર મીંચી ગયા, પછી મૂર્ખ માણસ જેમ દોરડી સમજીને સૂતેલા સર્પને લઇ લે, તેમ તે પૂતનાએ પોતાના કાળરૂપ ભગવાનને પોતાના ખોળામાં લીધા.

9. મ્યાનમાં ઢાંકેલી તલવારની પેઠે ઉપરથી કોમળ અને અંદર બહુ જ તીક્ષ્ણ અને ભૂંડાં કામ કરનારી પૂતનાને ઘરની અંદર આવેલી જોઇ તથા તેને ઉત્તમ સ્ત્રી જાણીને રોહિણી અને યશોદા પણ તેની કાંતિથી મોહ પામી ગયાં હતાં, તેઓ કેવળ ઊભાં રહી જોયા કરતાં હતાં.

10. તે સ્થળમાં દુષ્ટ પૂતનાએ બાળક શ્રીકૃષ્ણ ભગવાનને ખોળામાં લઇ, તેમના મોઢામાં ભયંકર અને ન પચે એવા ઝેરથી ભરેલું પોતાનું સ્તન દીધું. ક્રોધવાળા ભગવાન એ સ્તનને બે હાથવડે બહુ જ દબાવીને તે પૂતનાના પ્રાણની સાથે પીવા લાગ્યા.

11. સર્વ અંગોમાં પીડાતી પૂતના "મૂકી દે મૂકી દે" એમ બોલવા લાગી, આંખો ફાટી ગઇ, શરીરમાં પસીનો વળી ગયો, વારંવાર હાથ અને પગ પછાડતી રોવા લાગી.

12. અત્યંત ગંભીર વેગવાળા તે પૂતનાના શબ્દથી પર્વત સહિત પૃથ્વી અને ગ્રહો સહિત આકાશ ચલાયમાન થઇ ગયાં. પાતાળ અને દિશાઓમાંથી પડઘા પડ્યા અને વજ્ર પડવાની શંકાથી મનુષ્યો ધરતી ઉપર પડી ગયાં.

13. આ પ્રમાણે સ્તનમાં વ્યથા થતાં મરણ સમયે પોતાનું પ્રથમનું રૂપ ધરીને એ રાક્ષસી વજ્રથી મરણ પામેલા વૃત્રાસુરની પેઠે વ્રજમાં પડી. મરણ પામેલી એ રાક્ષસીનું મોઢું ફાટી ગયું હતું. કેશ છૂટી ગયા અને પગ તથા હાથ લાંબા થઇ ગયા હતા.

14. હે પરીક્ષિત રાજા ! એ પૂતનાનો દેહ પડતાં પડતાં છ ગાઉની અંદરનાં વૃક્ષોનો ભૂકો કરી નાખ્યો, આવું એક મોટું આશ્ચર્ય થયું.

15. એ ભયંકર પૂતનાના મોઢામાં હળના જેવી લાંબી અને ઉગ્ર દાઢો હતી, નાક પર્વતની ગુફા જેવું હતું, સ્તન પર્વતમાંથી પડેલા મોટા પથ્થરા જેવડા હતા, કેશ વીખરાએલા અને રાતા હતા.

16. આંખો અંધારા કૂવા જેવી ઊંડી હતી, નિતંબ નદીના કાંઠા જેવા ભયંકર હતા, હાથ, સાથળ અને પગ જાણે સડક બાંધી હોય એવા હતા, પેટ પાણી વગરના ધરા જેવું હતું.

17. ગોવાળિયા અને ગોપીઓનાં હૃદય, કાન અને માથાં પ્રથમ જ પૂતનાના શબ્દથી જાણે ફાટી ગયાં હોય તેવાં થઇ ગયાં હતાં એવી પૂતનાના શરીરને જોઇ ત્રાસ પામ્યા.

18. ગોપીઓએ ઘણા સંભ્રમથી તુરત આવીને પૂતનાની છાતી ઉપર નિર્ભય રીતે રમતા બાળક એવા ભગવાનને તેડી લીધા.

19. યશોદા અને રોહિણીની સાથે તે સઘળી ગોપીઓએ તે બાળક ઉપર ગાયનાં પૂંછ ફેરવવા આદિ ક્રિયાઓથી સારી રીતે રક્ષા કરી.

20. બાળકને ગોમૂત્રથી, ગાયની રજથી અને ગાયનાં છાણથી નવરાવી, તેનાં બાર અંગોમાં ગવાનનાં નામોથી રક્ષા કરી.

21. પછી કાંઇક ધારણા મળતાં ગોપીઓએ આચમન લઇને પોતાના શરીરમાં પ્રથમ અંગન્યાસ તથા કરન્યાસ પૃથક્ પૃથક્ કરીને પછી બાળકના અંગમાં પણ બીજન્યાસ કર્યો.

22. અજ ભગવાન તારા પગની, મણિમાન્ તારા ગોઠણની, યજ્ઞનારાયણ તારા સાથળની, અચ્યુત કટિની, હયગ્રીવ પેટની, કેશવ હૃદયની, ઇશ તારા વક્ષસ્થળની, ઇન્દ્ર કંઠની,

વિષ્ણુ ભુજાઓની, ઉરુક્રમ મુખની અને ઇશ્વર મસ્તકની રક્ષા કરજો.

23. ચક્ર ધરનારા ભગવાન તારી આગળ રહેજો, ગદા ધરનારા ભગવાન તારી પાછળ રહેજો, ધનુષ ધરનારા મધુહ ભગવાન અને ખડ્ગ ધરનારા અજન ભગવાન તારાં બે પડખામાં રહેજો, શંખ ધરનારા ઉરુગાય ભગવાન તારા ચારે ખૂણામાં રહેજો, ઉપેન્દ્ર ભગવાન ઉપર રહેજો, તાક્ષ્ર્ય ભગવાન નીચે રહેજો, હળધર ભગવાન સઘળી કોર રહેજો.

24. ઋષિકેશ ભગવાન ઇન્દ્રિયોની રક્ષા કરજો, નારાયણ પ્રાણની રક્ષા કરજો, શ્વેતદ્વીપપતિ ભગવાન ચિત્તનું રક્ષણ કરજો, યોગેશ્વર ભગવાન મનનું રક્ષણ કરજો.

25. પૃશ્નિગર્ભ ભગવાન તારી બુદ્ધિની અને પર ભગવાન તારા અહંકારની રક્ષા કરજો, રમતાં ગોવિંદ ભગવાન, સૂતાં માધવ ભગવાન, ચાલતાં વૈકુંઠ ભગવાન, બેસતાં લક્ષ્મીના પતિ, અને જમતાં યજ્ઞભોક્તા ભગવાન તારી રક્ષા કરજો, કે જે સર્વ ગ્રહોને ત્રાસ ઉપજાવે એવા છે.

26. ડાકણો, રાક્ષસીઓ, કુષ્માંડ, બાળગ્રહ, ભૂત, પ્રેત, પિશાચ, યક્ષ, રાક્ષસ, વિનાયક, કોટરા, રેવતી, જ્યેષ્ઠા, પૂતના, માતૃકાદિક, ઉન્માદ, અપસ્માર અને બીજા પણ જેઓ દેહ, પ્રાણ તથા ઇન્દ્રિયોનો દ્રોહ કરનારા છે તેઓ સઘળા નાશ પામજો. સ્વપ્નમાં દેખેલા મોટા ઉત્પાત અને વૃદ્ધ તથા બાળકના ગ્રહો, કે જેઓ વિષ્ણુનું નામ લેવાથી બીએ છે, તેઓ સઘળા તારી પાસેથી જતા રહેજો.

27. આ પ્રમાણે સ્નેહથી બંધાએલી ગોપીઓએ જેની રક્ષા કરી, એવા પુત્રને યશોદાએ સ્તનપાન કરાવીને સુવાડ્યા.

28. તેટલામાં મથુરાથી વ્રજમાં આવેલા નંદાદિક ગોવાળિયાઓ પૂતનાના શબને જોઇને બહુ જ વિસ્મય પામ્યા અને કહેવા લાગ્યા કે વસુદેવ તો અવશ્ય ઋષિ કે યોગેશ્વર જન્મેલ છે. કેમકે, તેમણે જેવું કહ્યું હતું તેવો જ ઉત્પાત જોવામાં આવ્યો.

29. પછી તે ગોવાળોએ પૂતનાના શરીરને કુહાડાઓથી કાપી, સઘળા અવયવોને દૂર ફેંકી, બાકીના ભાગને લાકડાંઓમાં નાખીને બાળી નાખ્યો. 33 ભગવાને ઉપભોગ કર્યો હોવાથી જેનાં પાપ તુરત નાશ પામી ગયાં, એવો એ પૂતનાનો દેહ બળતાં તેમાંથી અગરુના જેવો સુગંધી ધુમાડો નીકળ્યો.

30. બાળકોને હણનારી અને રુધિરનું ભક્ષણ કરનારી પૂતના મારી નાખવાની ઇચ્છાથી પણ ભગવાનને ધવરાવીને મુક્તિ પામી ગઇ, તો પછી શ્રદ્ધાથી અને ભક્તિથી શ્રીકૃષ્ણ ભગવાનને પ્રિય વસ્તુનું અર્પણ કરનારો માણસ મોક્ષ પામે તેમાં તો કહેવું જ શું? જે ગાયો વત્સાહરણની લીલામાં ભગવાનની માતાઓ થઇ હતી તેઓ પણ મુક્તિ પામી છે.

31. ભક્તોના હૃદયમાં રહેનાર અને લોકવંદિત દેવતાઓએ પણ વંદન કરવા યોગ્ય, એવાં ચરણથી જે પૂતનાના અંગને દબાવીને ભગવાને સ્તનપાન કર્યું, તે રાક્ષસી પૂતના પણ તેમની માને લાયક ગતિને પામી ગઇ, ત્યારે ગાયો અને ગોપીઓ કે જેઓના દૂધને ભગવાન પીતા હતા તેઓને સદ્ગતિની પ્રાપ્તિ થાય તેમાં શું કહેવું?

32. પુત્રના સ્નેહને લીધે પાનો આવવાથી બહુ જ ઝરતાં જે માતાઓના દૂધને દેવકીના પુત્ર અને મોક્ષાદિક સર્વ પુરુષાર્થ આપનારા ભગવાને પીધાં, તે માતાઓ કે જેઓ નિરંતર ભગવાનમાં પુત્ર દૃષ્ટિ રાખતી હતી, તે માતાઓને અજ્ઞાનથી થતો સંસારનો ફેરો બીજીવાર થવો ન જ સંભવે.

33. જે વ્રજવાસીઓ પૂતનાના આવ્યા પહેલાં ગાયો ચારવા નીકળીગયા હતા, તે વ્રજવાસીઓ શબના ધુમાડાના સુગંધને સુંઘી 'આ શું અને શાથી થયું ?' એમ બોલતા વ્રજમાં આવ્યા.

34. તેઓ વ્રજમાં ગોવાળોના કહેવાથી પૂતનાનું આવવું અને તેનું મરણ અને તેથી બાળકનું કુશળ રહેવું, સાંભળીને બહુ જ વિસ્મય પામ્યા.

35. હે રાજા ! ઉદાર બુદ્ધિવાળા નંદરાય, જાણે મરી જઈને પાછા આવેલ હોય એવા પોતાના પુત્રને તેડી, તેનું માથું સુંઘી, પરમ આનંદ પામ્યા.

36. જે માણસ પૂતનાને મોક્ષ આપવારુપ આ શ્રીકૃષ્ણનાં અદ્ભુત બાળચરિત્રને શ્રદ્ધાથી સાંભળશે તેને ભગવાનમાં પ્રીતિ પ્રાપ્ત થશે.

15

પાઠ : ૧૫ શ્રીકૃષ્ણે ગાડું ઊંધું પાડ્યું તથા તૃણાવર્તનો નાશ કર્યો.

- પાઠ : ૧૫ શ્રીકૃષ્ણે ગાડું ઊંધું પાડ્યું તથા તૃણાવર્તનો નાશ કર્યો.

પરીક્ષિત રાજા કહે છે હે મહારાજ ! જો કે ભગવાન જે જે અવતારથી જે જે ચરિત્ર કરે છે તે સઘળાં અમારા કાનને અને મનને ગમે છે, તો પણ ચરિત્રોને સાંભળવાથી પુરુષને મનની ગ્લાનિ તથા અનેક પ્રકારની તૃષ્ણા મટી જાય અને થોડા કાળમાં અંતઃકરણ શુદ્ધ થાય, ભગવાનમાં પ્રીતિ થાય અને વૈષ્ણવજન સાથે મૈત્રી થાય. આવું મનોહર ચરિત્રને કહેવું, જો તમે ઇષ્ટ માનતા હો તો કહો.

1. અને મનુષ્ય દેહ ધરીને મનુષ્ય જાતિને અનુસરનારા શ્રીકૃષ્ણ ભગવાનનું બીજું પણ અદભૂત બાળ ચરિત્ર કહો.
2. શુકદેવજી કહે છે એક દિવસે ભગવાન પડખું ફેરવવા શીખ્યા તેના ઉત્સવનો અભિષેક કરવાનો હતો, અને તે જ દિવસે ભગવાનના જન્મ નક્ષત્રનો પણ યોગ હતો, તેથી એ મોટા સમારંભમાં મળેલી સ્ત્રીઓની વચમાં યશોદાએ વાજાં, ગીત અને બ્રાહ્મણોના મંત્ર સહિત સ્વસ્તિવાચનથી પોતાના પુત્રનો અભિષેક કર્યો.
3. ભગવાનને નવરાવ્યા અને અન્ન, વસ્ત્ર, માળાઓ, પ્રિય વસ્તુ તથા ગાયો આપીને પૂજેલા બ્રાહ્મણો પાસે સ્વસ્તિવાચન કરાવ્યું. પછી ભગવાનની આંખોમાં નિદ્રા આવતી જાણીને તેમને યશોદાએ ધીરેથી એક ગાડાની નીચે ઓળીમાં પોઢાડ્યા.
4. ઉત્સવ સંબંધી ઉત્સાહમાં જ યશોદાનું મન લાગી રહ્યું હતું, અને તે આ ઉત્સવમાં આવેલા વ્રજવાસીઓનું સન્માન કરતાં હતાં તેથી યશોદાજીએ પુત્રનું રુદન સાંભળ્યું નહીં અને ભગવાને ધાવવાની ઇચ્છાથી રોતાં રોતાં પોતાના પગ ઊંચા કર્યા.

5. નીચે સૂતેલા બાળકના નાના અને કૂંપળિયાં સરખા ફ્રણા પગ વાગવાથી ગાડું ઊંધું વળી ગયું. અનેક પ્રકારના રસોથી ભરેલાં કાંસા આદિ ધાતુઓનાં પાત્રો, કે જેઓ ગાડા ઉપર હતાં તે ભાંગી પડ્યાં અને પૈડાં ધરી તથા ધોંસરું પણ વીખાઇ ગયાં અને ઊંધાં પડ્યાં.

6. પડખું ફેરવવાના ઉત્સવમાં મળેલી યશોદા આદિ સ્ત્રીઓ અને નંદાદિક ગોવાળો અદભૂત બનાવ જોઇને વ્યાકુળ થઇ ગયા અને કહેવા લાગ્યા કે 'ગાડું પોતાની મેળે કેમ ઊંધું વળ્યું ? એમ કહેતા અને વિવાદથી મોહ પામેલા સઘળા ગાડાંને ચોમેર ટોળું વળીને ઊભા.

7. જેઓને નિશ્ચય થયો નહીં એવા ગોવળિયા અને ગોપીઓને છોકરાઓએ કહ્યું કે આ બાળકે રોતાં રોતાં પોતાના પગથી ગાડું ઊંધું નાખ્યું છે, એમાં કશો સંશય નથી.

8. પરંતુ ગોવાળિયા ઓએ છોકરાંવાદમાં ગણીને તેઓની વાત સાચી માની નહીં; કેમકે એ બાળકના અપાર બળનું તેઓને જ્ઞાન ન હતું.

9. યશોદાએ દુષ્ટ ગ્રહોની શંકાથી એ રુદન કરતા પુત્રને તેડી લઇને બ્રાહ્મણો પાસે વેદમંત્રથી સ્વસ્તિવાચન કરાવ્યું અને પછી સ્તનપાન કરાવ્યું.

10. બળવાન ગોવાળોએ સરસામાન સહિત એ ગાડાને પાછું સવળું કર્યુ. અને બ્રાહ્મણોએ ગ્રહાદિકના હોમ કરીને દહીં તથા જળથી પૂજન કર્યુ.

11. જેઓ અસૂયા, (ગુણમાં દોષ પ્રકટ કરવા) ખોટું ભાષણ, દંભ, ઇર્ષ્યા, હિંસા અને અભિમાનથી રહિત તથા સત્ય સ્વભાવવાળા હોય છે, તેઓએ આપેલા આશીર્વાદ વ્યર્થ થાય જ નહીં.

12. એમ ધારી સાવધાન મનવાળા નંદરાયે ઉત્તમ બ્રાહ્મણોની પાસે સામવેદ, ઋગ્વેદ તથા યજુર્વેદના મંત્રોથી સંસ્કાર પમાડેલા અને પવિત્ર ઔષધિવાળા જળથી પુત્રનો અભિષેક તથા સ્વસ્તિવાચન કરાવ્યાં.

13. પછી અગ્નિમાં હોમ કરાવીને નંદરાયે ઉત્તમ ગુણવાળું અન્ન બ્રાહ્મણોને જમાડ્યું.

14. સઘળા ગુણવાળી અને વસ્ત્ર, પુષ્પની માળા તથા સોનાની માળાવાળી ગાયો પુત્રના કલ્યાણને અર્થે બાઽરહ્મણોને આપી. અને બ્રાહ્મણોએ આશીર્વાદ દીધા.

15. મંત્ર જાણનારા યોગ્ય બ્રાહ્મણોએ જે આશીર્વાદ આપ્યા હોય તે તે પ્રમાણે જ થાય, કદી પણ વ્યર્થ થાય જ નહીં.

16. એક દિવસ ખોળામાં લઇને પુત્રને રમાડતાં યશોદા, પુત્રનો પર્વતના શિખર સરખો ભાર લાગ્યો તેને સહન કરી શક્યાં નહીં.

17. શ્રીકૃષ્ણમાં રહેલા બ્રહ્માંડના ભારથી પીડાએલાં અને વિસ્મય પામેલાં યશોદા પુત્રને પૃથ્વી ઉપર મૂકી દઇને, પરમેશ્વરનું ધ્યાન કરતાં વ્યવહારના કામમાં લાગી ગયાં.

18. કંસનો ચાકર અને કંસે મોકલેલો તૃણાવર્તનામનો દૈત્ય વંટોળિયા વાયુના સ્વરૂપથી આવીને પૃથ્વી ઉપર બેઠેલા બાળક ભગવાનને હરી ગયો.

19. એ વંટોળિયાથી સઘળું ગોકુળ ઘેરાઇ ગયું, ધૂળથી સર્વનાં નેત્રો આંધળાં જેવાં થઇ ગયાં, ભયંકર શબ્દથી દિશા અને ખૂણાઓ ગાજવા લાગ્યા.

20. બે ઘડીવાર સુધી સઘળું ગોકુળ ધૂળથી અને અંધારાથી ઘેરાયેલું રહ્યું. યશોદા આવીને જુએ છે તો જ્યાં પુત્રને મૂક્યા હતા ત્યાં દીઠા નહીં.

21. તૃણાવર્તે ઉડાડેલી ધૂળથી ઉપદ્રવ અને મોહ થવાને લીધે કોઇ માણસ પોતાના શરીરને કે બીજાને જોઇ પણ શક્તો ન હતો.

22. આ પ્રમાણે કઠોર વંટોળિયાથી ધૂળનો વરસાદ થતાં પુત્રનો પત્તો નહીં મળવાથી પૃથ્વી પર પડી ગયેલાં અને પુત્રને સંભારતાં અબળા યશોદામાતા જેનો વાછડો મરી ગયો હોય, એવી ગાયની પેઠે દયામણી રીતે શોક કરવા લાગ્યાં.

23. પવનથી થયેલી ધૂળની વૃષ્ટિનો વેગ બંધ પડ્યા પછી, યશોદાનું રોવું સાંભળીને બહુ જ સંતાપ પામેલી અને આંસુથી જેઓનાં મોઢાં ભરાઇ રહ્યાં છે, એવી ગોપીઓ તે જગ્યાએ ભગવાનને નહીં દેખીને રોવા લાગી.

24. આ બાજુ વંટોળિયાનું રૂપ ધરનાર તૃણાવર્ત દૈત્ય ભગવાનને હરીને આકાશમાં જતાં ઘણો ભાર લાગવાથી તેનો વેગ શાંત થઇ ગયો અને પોતે ઊંચો જઇ શક્યો નહીં.

25. પોતાને ભાર લાગવાથી તૃણાવર્તે એમ માન્યું કે હું આ કોઇ પથ્થરને ઉપાડી આવ્યો છું, તેથી તે અદ્ભૂત બાળકને તે મૂકી દેવા લાગ્યો, પણ ભગવાન તેને ગળે બાઝી રહ્યા, તેથી મૂકી શક્યો નહીં.

26. ગળું પકડાયાથી ચેષ્ટા રહિત થયેલો અને પૂરી ચીસ પણ નહીં નાખી શકતો તે દૈત્ય, આંખો નીકળી પડતાં મરણ પામીને વ્રજમાં પડ્યો.

27. અંતરિક્ષમાંથી શિલા ઉપર પડેલો તે વિકરાળ દૈત્ય, કે જેના સઘળા અવયવો રુદ્રના બાણથી વીંધાયેલા ત્રણ પુરની પેઠે વીંખાઇ ગયા હતા, આવા દૈત્યને, રોતી અને ભેળી થયેલી સ્ત્રીઓએ દીઠો.

28. રાક્ષસ આકાશ માર્ગમાં લઇ ગયો તોપણ મૃત્યુના મુખથી છૂટેલા, કુશળ અને તે રાક્ષસની છાતી ઉપર લટકતા, શ્રીકૃષ્ણને તેડી લઇ યશોદાને આપી સઘળી ગોપીઓ વિસ્મય પામી ગઇ.

29. જેઓના મનોરથ પૂર્ણ થયા એવા નંદાદિક ગોવાળો અને ગોપીઓ બહુ જ આનંદ પામ્યાં અને પરસ્પર બોલવા લાગ્યા કે રાક્ષસે મારી નાખેલો આ બાળક પાછો આવ્યો, એ ભારે અદ્ભૂત થયું. હિંસા કરનારો ખળપુરુષ પોતાના પાપથી માર્યો જાય છે, અને સાધુપુરુષો પોતાની સમતાને લીધે ભયમાંથી છૂટે છે.

30. આપણે તપ, ઇશ્વરનું પૂજન, જળાશયાદિકનું નિર્માણ, યજ્ઞ, દાન કે પ્રાણીઓ ઉપર શું પ્રેમ કરેલ હશે ?કે જેના પ્રભાવથી આ બાળક જે મરી ગયો હતો તે, પોતાના બંધુઓને રાજી કરતો પાછો આવ્યો; આ બહુ જ સારું થયું.

31. ગોકુળમાં આવી રીતનાં ઘણાં ઘણાં આશ્ચર્યો જોઇને વિસ્મય પામેલા નંદરાયને વસુદેવનાં વચન ઉપર બહુ જ વિશ્વાસ બેઠો.

32. એક દિવસે સ્નેહથી વ્યાપ્ત થયેલાં યશોદા બાળકને લઇ, ખોળામાં બેસાડી, તેને પોતાનું દૂધપાન કરાવતાં હતાં. ૩૪ ધાવી રહ્યા પછી તે બાળકના સુંદર મંદહાસ્યવાળા મુખને યશોદા લાડ લડાવતાં હતાં, ત્યાં તે બાળકને બગાસું આવતાં તેના મુખમાં

અંતરિક્ષ, સ્વર્ગ, પૃથ્વી, તારામંડળ, દિશાઓ, સૂર્ય, ચંદ્રમા, અગ્નિ, વાયુ, સમુદ્રો, દ્વીપ, પર્વતો, નદીઓ, વન અને સઘળાં સ્થાવર જંગમ પ્રાણીઓને દીઠાં.

33. હે પરીક્ષિત રાજા ! સઘળા બ્રહ્માંડને જોઈને તુરત જ ને કંપ ઉત્પન્ન થયો, અને વિસ્મય પ્રાપ્ત થયો એવાં મૃગનેત્રી યશોદા પોતાનાં નેત્ર મીંચી ગયાં.

16

પાઠ : ૧૬ શ્રીકૃષ્ણ અને બળદેવનાં ગર્ગાચાર્યે નામ પાડ્યાં તથા માટી ખાતાં માતાને વિશ્વરુપ દેખાડ્યું.

- પાઠ : ૧૬ શ્રીકૃષ્ણ અને બળદેવનાં ગર્ગાચાર્યે નામ પાડ્યાં તથા માટી ખાતાં માતાને વિશ્વરુપ દેખાડ્યું.

શુકદેવજી કહે છે- હે રાજા ! મહા તપસ્વી અને યાદવોના ગોર ગર્ગાચાર્ય વસુદેવની પ્રેરણાથી નંદરાયના વ્રજમાં આવ્યા.

1. તેમને જોઇ બહુ જ રાજી થયેલા નંદરાયે સામા ઊભા થઇ હાથ જોડીને તથા તેમને પરમેશ્વરરૂપ જાણીને નમસ્કારપૂર્વક પૂજા કરી.
2. પૂજા કર્યા પછી સારી રીતે બેઠેલા તે મુનિને નંદરાયે સુંદર વાણીથી કહ્યું કે હે મહારાજ ! જે આપ પરિપૂર્ણ છો. આપનું શું કામ કરીએ ?
3. મહાત્મા પુરુષોનું આવવું, થોડીવાર પણ ઘરને નહીં છોડી શકતા ગૃહસ્થોનું કલ્યાણ કરવા સારુ જ હોય છે. કદીપણ તેઓના પોતાના સ્વાર્થને માટે હોતું નથી.
4. જે જ્ઞાનને ઇન્દ્રિયો નજ પહોંચી શકે, એવા જ્ઞાનને આપનાર જયોતિષશાસ્ત્ર આપે કર્યું છે, કે જેથી પુરુષને પૂર્વ તથા વર્તમાન જન્મના ભૂત અને ભાવિફળનું જ્ઞાન થાય છે.
5. આપ જયોતિષશાસ્ત્રના કર્તા અને વેદ જાણનારાઓમાં પણ શ્રેષ્ઠ છો, તેથી આ બે બાળકોના સંસ્કાર કરો. બ્રાહ્મણ જન્મથી જ મનુષ્યોના ગુરુ કહેવાય છે.

6. ગર્ગાચાર્ય કહે છે- હું યાદવોનો આચાર્ય છું અને પૃથ્વીમાં સર્વદા પ્રખ્યાત છું, તેથી જો હું તમારા પુત્રના સંસ્કાર કરું, તો પાપ બુદ્ધિવાળો કંસ તમારા પુત્રને દેવકીનો પુત્ર માને અને વળી વસુદેવની સાથે તમારે મૈત્રી છે તે પણ કંસ જાણે છે, અને દેવકીની દીકરી યોગમાયાનું વચન સાંભળી 'દેવકીનો આઠમો ગર્ભ સ્ત્રી ન જ થવો જોઇએ' એમ પણ વિચાર કર્યા કરે છે. માટે આઠમા ગર્ભની શંકાથી તે જો તમારા પુત્રને મારે તો તેમાં અમારું બહુ જ ભૂંડું થાય.

7. નંદરાય કહે છે- આ વ્રજમાં મારા લોકોના પણ જાણવામાં ન આવે, એવા એકાંત સ્થળમાં સ્વસ્તિવાચન કરીને આ પુત્રોના સંસ્કાર કરો, કે જે સંસ્કાર બ્રાહ્મણ, ક્ષત્રિય અને વૈશ્યને અવશ્ય થવા જોઇએ.

8. શુકદેવજી કહે છે- આ પ્રમાણે નંદરાયે પ્રાર્થના કરતાં ગર્ગાચાર્યે એકાંતમાં ગુપ્ત રીતે તે બે બાળકોનાં નામ પડ્યાં, કે જે કરવાની ઇચ્છાથી જ પોતે આવ્યા હતા.

9. ગર્ગાચાર્ય કહે છે- આ રોહિણીનો પુત્ર પોતાના ગુણોથી સંબંધીઓને રમાડે છે, માટે 'રામ' કહેવાશે. અધિક બળ હોવાથી બલભદ્ર કહેવાશે, અને કોઇ પણ કારણથી વિવાદ કરીને વિખૂટા પડેલા યાદવોને એકઠા કરશે, તેથી સંકર્ષણ પણ કહેવાશે.

10. આ જે તમારો પુત્ર છે તે પ્રત્યેક યુગમાં અવતાર ધરે છે અને એનો શ્વેત, રક્ત, તથા પીત વર્ણ હતો, હમણાં કૃષ્ણ વર્ણ છે તેથી તેનું "કૃષ્ણ" એવું નામ કહેવાશે.

11. પૂર્વે કોઇ સમયે આ તમારો પુત્ર વસુદેવનો પુત્ર થયેલ હતો. તેથી જ્ઞાની લોકો આનું 'વાસુદેવ' એવું નામ પણ કહેશે.

12. ગુણ અને કર્મને અનુસારે તમારા પુત્રનાં નામ અને રૂપ ઘણાં છે કે જે સઘળાને હું જાણતો નથી અને લોકો પણ જાણતા નથી. ૧૫ ગોવાલિયા અને ગાયોને રાજી કરનાર આ તમારો પુત્ર તમારું કલ્યાણ કરશે અને તેના પ્રભાવથી તમે સઘળાં કષ્ટોને અનાયાસથી તરી જશો.

13. હે વ્રજના પતિ ! પૂર્વે કોઇ રાજા ન હતો તે સમયમાં ચોર લોકોએ પીડેલા સજ્જનોની, આ તમારા પુત્રે રક્ષા અને વૃદ્ધિ કરી હતી, તેથી તમોએ ચોરલોકોને જીત્યા હતા.

14. જે ભાગ્યશાળી માણસો આ તમારા પુત્રમાં પ્રીતિ રાખશે તેઓને દૈત્યો જેમ વિષ્ણુના પક્ષવાળાઓનો પરાભવ કરી શકતા નથી, તેમ શત્રુઓ પરાભવ કરી શકશે નહિ.

15. હે નંદ ! આ તમારો પુત્ર ગુણ, કીર્તિ, લક્ષ્મી અને પ્રભાવથી નારાયણ સમાન છે માટે સાવધાન રહીને આની રક્ષા કરજો.

16. શુકદેવજી કહે છે- આ પ્રમાણે આજ્ઞા કરી ગર્ગાચાર્ય પોતાને ઘેર ગયા અને રાજી થયેલા નંદરાયે પોતાના સઘળા મનોરથો પૂર્ણ થયા માન્યા.

17. થોડો સમય જતાં બલભદ્ર અને શ્રીકૃષ્ણ ગોકુળમાં ગોઠણ અને હાથવતે જમીન પર સરકી ભાંખોડિયે ચાલવાની લીલા કરવા લાગ્યા.

18. એ બન્ને ભાઇઓ ઘરેણાંની ઘુઘરીઓના શબ્દથી સુંદર લાગે એવી રીતે પોતાના પગને ઢસડી ઢસડીને વ્રજનાં કાદવોમાં બહુ જ ચાલવા લાગ્યા, ઘુઘરીઓના શબ્દથી રાજી થવા લાગ્યા અને વળી કોઇ જતા આવતા માણસની પછવાડે ત્રણ ચાર પગલાં જઇને

અણસમજુ અને ભય પામેલાની પેઠે પોતાની માતાઓની પાસે જતા હતા.

19. દયાથી જેઓને પાનો આવતો હતો, એવી તેઓની માતાઓ કાદવથી અને ચંદનના લેપનથી સુંદર લાગતા પોતાના પુત્રને હાથવતે આલિંગન કરી ઘવરાવતી હતી. તે સમયે મંદહાસ્ય અને થોડા દાંતવાળા બળદેવ તથા કૃષ્ણનું મુખ જોઇને રાજી થતી હતી.

20. જયારે એ બાળકની કુમાર અવસ્થાની લીલા સ્ત્રીઓને જોવા જેવી થઇ ત્યારે અર્થાત્ બન્ને બાળકો મોટા થયા ત્યારે, વ્રજમાં વાછરડાંઓનાં પૂછડાં પકડતા અને વાછરડાંઓ દ્વારા આમ તેમ ચારે બાજુ ખેંચી જવાતા એ બાળકોને જોઇ, ગોપીઓ પોતાનાં કામને ભૂલી જઇ હસતી હતી અને હર્ષ પામતી હતી.

21. ક્રીડામાં લાગેલા અને અત્યંત ચપળ પોતાના પુત્રોને શીંગડાંવાળાં પશુ, દાઢવાળા પ્રાણી, અગ્નિ, જળ, પક્ષી અને કાંટાઓથી અટકાવવાને અને ઘરનાં કામ કરવાને જયારે રોહિણી અને યશોદાની શક્તિ રહી નહીં, ત્યારે તે બન્ને માતાઓ મનની બહુ જ આકુળતાને પામ્યાં.

22. હે પરીક્ષિત રાજા ! પછી થોડો કાળ જતાં બળભદ્ર અને શ્રીકૃષ્ણ ભગવાન ગોકુળમાં પગથી ચાલવા લાગ્યા.

23. પછી બળભદ્ર સહિત શ્રીકૃષ્ણ ભગવાન પોતાના સરખી અવસ્થાના બાળકો સાથે ગોપીઓને આનંદ ઉપજે એવી રીતે ક્રીડા કરવા લાગ્યા.

24. ભગવાનની પ્રિય લાગે એવી બાળઅવસ્થાની ચપળતા જોઇને, સઘળે ઘેરથી ભેળી થયેલી ગોપીઓ યશોદાજીના સાંભળતાં, આ પ્રમાણે રાવ ખાતી હતી.

25. "હે યશોદા ! અમારું ચિત્ત ઘરનાં કામકાજમાં બહુ જ લાગેલું હોય છે ત્યારે આ તમારો પુત્ર ક્યારેક દોહવાના સમય વગર પણ અમારાં વાછરડાંઓને છોડી મૂકે છે. અમે વઢીએ છીએ તો હસે છે. ચોરીના ઉપાયો કરીને મીઠા મીઠા પદાર્થ દહીં અને દૂધ ચોરી લઇને ખાઇ જાય છે. એટલું જ નહીં પણ પોતે ખાધા પહેલાં વાંદરાઓને વહેંચી દે છે. તેઓમાં તૃપ્ત હોવાને લીધે કોઇ વાંદરો ન ખાય તો પોતે ઠામ ફોડી નાખે છે. કોઇ સમયે કાંઇ વસ્તુ ન મળે તો અમારી ઉપર ક્રોધ કરી, અમારાં સૂતેલાં બાળકોને રોવરાવીને ભાગી જાય છે. કોઇ વસ્તુ ઊંચી રાખવાને લીધે હાથમાં આવે એમ ન હોય તો પાટલા અને ખાંડણિયા આદિ માંડી, તેના ઉપર ચઢીને પહોંચાય તેવો ઉપાય કરે છે. વાસણ ઊંચાં શીંકાઓમાં રાખેલાં હોય છે તો તેઓમાં રાખેલી વસ્તુ જાણી લઇને તેમાં ફાંકું પાડે છે. ઘરમાં અંધારું હોય તો પોતાના અંગમાં અનેક મણિ પહેરી આવીને અજવાળું કરે છે.

26. અરે ચોર ! એમ કહી અમે બરકીએ છીએ તો સામી ઠેકડી કરે છે કે, હું તો ઘરનો માલિક, તું ચોર છે. અને સારાં સારાં ઘરમાં મળમૂત્ર કરી જાય છે, આમ ચોરીના ઉપાયોનું કામ કરે છે તો પણ તમારી પાસે સારા માણસની પેઠે બેઠેલ છે." આ પ્રમાણે ભય સહિત નેત્રવાળા ભગવાનના શ્રીમુખને જોયા કરતી ગોપીઓએ સઘળી વાતો કહી દેખાડતાં યશોદા હસી પડ્યાં, પણ પુત્રને ઠપકો દેવાની ઇચ્છા ન કરી.

27. એક દિવસે ક્રીડા કરતા બળભદ્ર આદિ છોકરાઓ યશોદા પાસે જઈને કહ્યું કે 'કૃષ્ણે માટી ખાધી'.

28. હિતની ઇચ્છાવાળાં યશોદાએ જેની આંખો ભયથી ચકળવકળ થયેલી હતી, એવા શ્રીકૃષ્ણનો હાથ પકડી ઠપકો દઇને કહ્યું કે- ''અરે અટકચાળા ! તેં માટી શા માટે ખાધી ? આ તારા મિત્ર બાળકો કહે છે અને તારા મોટોભાઇ પણ કહે છે''

29. ભગવાન બોલ્યા ''હે મા !'' મેં માટી ખાધી નથી. બધાલોકો ખોટું બોલે છે. જો તમને તેનું બોલવું સાચું લાગતું હોય તો પ્રત્યક્ષ રીતે મારું મુખ જુઓ.'' જો એમ હોય તો મુખ ઉઘાડ. એમ યશોદાએ કહેતાં અખંડિત ઐશ્વર્યવાળા અને લીલાથી મનુષ્ય જેવા થયેલા ભગવાને પોતાનું મુખ ઉઘાડ્યું.

30. એ મુખમાં યશોદાએ સ્થાવર, જંગમ, જગત, અંતરિક્ષ, દિશાઓ, પર્વતો, દ્વીપો, સમુદ્રો, ભૂગોળ, પ્રવહ નામનો વાયુ, વીજળી, ચંદ્ર, તારા, સ્વર્ગલોક, જળ, તેજ, વાયુ, આકાશ, ઇંદ્રિયોના દેવ, ઇંદ્રિયો, મન, શબ્દાદિક પાંચ વિષય, ત્રણ ગુણ, જીવ, કાળ, સ્વભાવ, કર્મના સંસ્કાર અને તેઓથી થતા શરીરના ભેદ એક સામટા દીઠા.

31. આ પ્રમાણે પુત્રના નાના મુખમાં સઘળું વિચિત્ર જગત અને તેની સાથે વ્રજ સહિત પોતાના શરીરને પણ જોઇને યશોદાને વિચાર થયો કે આ તે શું સ્વપ્ન છે ? ના, આ સ્વપ્ન તો નહીં, ત્યારે શું ભગવાનની માયા છે ? ના, તે પણ નહીં. કેમકે માયા હોય તો બીજાઓને દેખાવામાં પણ આવવી જોઇએ. ત્યારે જેમ અરીસામાં મુખ પ્રતિબિંબરૂપે દેખાય છે, તેમ શું આ મારી બુદ્ધિનું જ પ્રતિબિંબ છે ? ના, એમ તો નહીં; કેમકે એમ હોય તો અરીસામાં જેમ આરસી દેખાય નહીં તેમ આ પુત્રના મોઢામાં એજ પુત્ર દેખાવો જોઇએ, અને બહાર તથા અંદર એકરૂપથી જગત દેખાવું જોઇએ. તો શું આ મારા પુત્રનું સ્વાભાવિક કાંઇ ઐશ્વર્ય છે?

32. આ છેલ્લો પક્ષ જ મને પ્રબળ લાગે છે, માટે બુદ્ધિ, મન, કર્મ અને વચનથી જેમ છે તેમ ધારી શકાય નહિ, એવું આ જગત જેના થકી ઉત્પન્ન થાય છે, જેના થકી પાલનને પામે છે અને જેમાં લય પામે છે, આવું અતર્ક્ય ભગવાનના સ્વરૂપને હું પ્રણામ કરૂં છું.

33. હું યશોદા છું, આ મારો પતિ છે, આ મારો પુત્ર છે, નંદરાયના સઘળા ધનની ધણીઆાની હું તેની સ્ત્રી છું અને ગોપીઓ, ગોવાળિયા તથા ગાયોનાં ધણ મારાં છે, આવી રીતની કુબુદ્ધિ જેની માયાથી થઇ છે, તે ઇશ્વર મારૂં શરણ છે.

34. આ પ્રમાણે યશોદાને તત્ત્વજ્ઞાન થતાં તે શ્રીકૃષ્ણે પાછી પુત્રના સ્નેહરૂપી માયા વિસ્તારી દીધી.

35. માયાથી તુરત સ્મરણ જતું રહેતાં તે યશોદા પોતાના પુત્રને ખોળામાં બેસાડીને પ્રથમની પેઠે જ વૃદ્ધિ પામેલા સ્નેહથી ઘેરાએલાં હ્રદયવાળાં થઇ ગયાં.

36. કર્મકાંડરૂપ ત્રણ વેદ, જે શ્રીકૃષ્ણ ભગવાનના સ્વરૂપને ઇંદ્રાદિકરૂપ કહે છે, ઉપનિષદો બ્રહ્મ કહે છે, સાંખ્ય પુરુષ કહે છે, યોગ પરમાત્મા કહે છે અને ભક્તલોકો ભગવાન કહે છે, આવા શ્રીકૃષ્ણને યશોદાએ પુત્ર માન્યા.

37. પરીક્ષિત રાજા પૂછે છે હે મહારાજ ! નંદરાયે એવું મોટું કયું પુણ્ય કર્યું હતું ? અને ભાગ્યશાળી યશોદા કે જેનું સ્તનપાન પોતે ભગવાને કર્યું તેણે પણ કયું પુણ્ય કર્યું હશે?

38. લોકોના પાપને મટાડનારી ભગવાનની બાળલીલા કે જેને કવિઓ અદ્યાપિ સુધી ગાય છે, તે બાળલીલાનો અનુભવ સાચાં મા-બાપને નહીં મળતાં નંદ અને યશોદાને મળ્યો તેનું કારણ શું?

39. શુકદેવજી કહે છે- આઠ વસુઓમાં ઉત્તમ દ્રોણ વસુ અને તેની સ્ત્રી ધરાને બ્રહ્માએ ગાયોનું પાલન કરવા આદિ કામની આજ્ઞા કરતાં તે આજ્ઞાનો સ્વીકાર કરી, તે બન્નેએ માગ્યું કે- અમો સ્ત્રી-પુરુષ પૃથ્વીમાં જન્મ ધારણ કરીએ ત્યારે જગતના નાથ ભગવાનમાં અમને પરમ ભક્તિ થવી જોઇએ કે જેથી અનાયાસે જન્મ મરણના ફેરા મટે છે.

40. બ્રહ્માએ તથાસ્તુ કહેતાં, એ મોટી કીર્તિવાલા દ્રોણ વસુ વ્રજમાં નંદરાય થયા અને તેની સ્ત્રી ધરા યશોદા થઇ.

41. જો કે સઘલા ગોવાલિયા અને ગોપીઓને પણ ભગવાનમાં ભક્તિ હતી જ, તો પણ નંદરાય અને યશોદાને પુત્રરૂપ થયેલા ભગવાનમાં બ્રહ્માના વરદાનને લીધે બહુ જ ભક્તિ થઇ હતી.

42. પરમાત્મા શ્રીકૃષ્ણ ભગવાને બ્રહ્માની આજ્ઞા સત્ય કરવા સારુ બળભદ્રની સાથે વ્રજમાં રહીને પોતાની લીલાથી નંદ યશોદાને પ્રીતિ ઉત્પન્ન કરી હતી.

17

પાઠ : ૧૭ ગોળી ફોડવાથી યશોદાએ શ્રીકૃષ્ણને દામણાંથી બાંધ્યા.

- પાઠ : ૧૭ ગોળી ફોડવાથી યશોદાએ શ્રીકૃષ્ણને દામણાંથી બાંધ્યા.

શુકદેવજી કહે છે- એક દિવસે ઘરની દાસીઓ બીજા કામમાં જોડાઇ જતાં નંદરાયની સ્ત્રી યશોદા પોતે દહીંનું મંથન કરવા લાગ્યાં.

૧ ભગવાનનાં જે જે બાળચરિત્ર અહીં કહ્યાં તે સર્વેનું સ્મરણ કરી છાશ કરવાના સમયમાં યશોદા તે બાળ ચરિત્રનું ગાયન કરતાં હતાં.

૨ એ સમયમાં સુંદર ભુરકુટિવાળાં યશોદાએ વિશાળ નિતંબ ઉપર રેશમી ચણિયો પહેર્યો હતો. અને એ ચણિયાને કંદોરાથી બાંધ્યો હતો, પુત્ર ઉપર સ્નેહને લીધે સ્તનમાંથી દૂધ ઝરતું હતું, શરીર હાલતું હતું, નેતરું ખેંચવાના પરિશ્રમને લીધે હાથમાં કંકણ અને કાનમાં કુંડળ હાલતાં હતાં. મોઢાપર પસીનો વળ્યો હતો, અને ચોટલામાંથી માલતીનાં ફૂલ ખરી પડતાં હતાં.

૩ દહીંનું મંથન કરતાં માતાજીની પાસે ધાવવાની ઇચ્છાથી આવીને પ્રીતિ ઉપજાવતા ભગવાને દહીં વલોવવાનો રવૈયો ઝાલીને તેમને રોક્યાં.

૪ ભગવાનને ખોળામાં બેસાડીને યશોદા સ્નેહને લીધે જેમાંથી દૂધ ઝરતું હતું એવું પોતાનું સ્તન ધવરાવતાં હતાં અને મંદહાસ્યવાળું તેમનું મુખ જોતાં હતાં, તેટલામાં ગરમ કરવા મૂકેલું દૂધ ઉભરાઇ જતાં તેની સંભાળ લેવા સારુ ભગવાન તૃપ્ત થયા ન હોતા, તોપણ તેમને મૂકીને વેગથી ત્યાં ગયાં.

૫ ભગવાનને તેથી રીસ ચઢી, લાલ હોઠ ફરકવા લાગ્યા, ખોટાં ખોટાં આંસુ આવી ગયાં પછી દાંતવતે હોઠ દબાવીને પથ્થરથી છાસની ગોળી ફોડી નાખી અને પછી ઘરની અંદર જઇને એકાંતમાં માખણ ખાવા લાગ્યા.

૬ બહુ જ ગરમ થયેલા દૂધને ચૂલા ઉપરથી ઉતારી યશોદા પાછાં છાશ કરવાના સ્થાનકમાં આવ્યાં, ત્યાં દહીંની ગોળીને ફૂટેલી જોઇ, એટલે તે પોતાના પુત્રનું કામ છે એમ જાણી ભગવાનને ત્યાં નહીં દેખતાં હસી પડ્યાં.

૭ પછી ઊંધાવાળેલા ખાંડણિયા ઉપર બેઠેલા, શીંકાનાં માખણને વાંદરાને ખવરાવતા અને ચોરીને લીધે ચકળવકળ જોયા કરતા પુત્રને જોઇને તેને પકડવા સારુ ધીરે ધીરે પછવાડેથી આવ્યાં.

૮ લાકડી લઇને આવતાં માતાજીને જોઇ, ભગવાન તુરત ખાંડણિયા ઉપરથી ઉતરીને ભય પામેલાની પેઠે ભાગ્યા. યશોદા તેમની પછવાડે દોડ્યાં પણ પહોંચી શક્યાં નહીં, કેમકે, તપથી તદાકાર કરેલું અને પ્રવેશ કરવાને યોગ્ય યોગીઓનું મન પણ તેને પહોંચી શકતું નથી.

૯ વેગને લીધે જશોદાની પછવાડે ચોટલામાંથી ફૂલ ખરતાં હતાં અને મોટા તથા હાલતા નિતંબના ભારથી દોડવામાં મૂંઝાતાં એવાં યશોદાએ માંડ માંડ દોડીને ભગવાનને પકડ્યા.

૧૦ વાંકમાં આવેલા, રોતા, આંજણથી ખરડાયેલી આંખોને બે હાથે ચોળતા, જોયા કરતા અને ભયથી વિહ્વળ નેત્રવાળા એવા શ્રીકૃષ્ણનો હાથ પકડી યશોદાએ તેમને બીવડાવવા સારુ ધમકી આપી.

૧૧ બાળકપર પ્રીતિવાળાં અને ભગવાનની શક્તિને નહીં જાણતાં યશોદાએ પોતાના પુત્રને ભયભીત જાણી, લાકડી મૂકી દઇને તેમને દોરડાંથી બાંધવાની ઇચ્છા કરી.

૧૨ ભગવાન પોતાના ધામમાં રહેલા હોવાથી કેવળ જગતની અંદર નથી. અને કેવળ જગતથી બહાર ધામમાં પણ નથી. સર્વત્ર વ્યાપક હોવાથી આગળ નથી અને પાછળ પણ નથી. અર્થાત્ કોઇ જગ્યા એવી નથી કે જયાં ભગવાન ન હોય. અને જે જગતના શરીરી આત્મા છે, એવા અવ્યક્ત અને મનુષ્યદેહ વાળા ભગવાનને પુત્ર માની, યશોદા જેમ પ્રાકૃત બાળકને બાંધે તેમ ખાંડણિયા સાથે દોરડીથી બાંધવા લાગ્યાં.

૧૩-૧૪ વાંકમાં આવેલા તે શ્રીકૃષ્ણને બાંધતાં દોરું બે આંગળ ઓછું થયું, એટલે યશોદાએ તેની સાથે બીજું દોરું સાંધ્યું.

૧૫ તે પણ બે આંગળ ઓછું પડતાં તેની સાથે ત્રીજું સાંધ્યું, તો તે પણ બે આંગળ ઓછું થયું. એવી રીતે જેટલાં દોરડાં લીધાં તે સર્વે તેટલાં જ ઓછાં થયાં.

૧૬ ઘરનાં સઘળાં દોરડાં સાંધ્યાં તોપણ ઓછાં થતાં આવ્યાં, તેથી બીજી ગોપીઓ હસવા લાગતાં, હસી પડેલાં યશોદા પોતે પણ વિસ્મય પામી ગયાં.

૧૭ પછી પોતાની માતાને પરિશ્રમથી પસીનો વળી ગયો તે જોઇને કૃપાથી શ્રીકૃષ્ણ ભગવાન દોરડાંથી બંધાયા.

૧૮ હે પરીક્ષિત રાજા ! જે ભગવાનને લોકપાલ દેવ સહિત આ સઘળું જગત વશ છે, તે ભગવાને પોતે સ્વતંત્ર હોવા છતાં પણ આવી રીતે ભક્તવશપણું દેખાડ્યું.

૧૯ મુક્તિ આપનાર ભગવાન પાસેથી બ્રહ્મા, સદાશિવ અને અંગમાં રહેનારાં લક્ષ્મીજીને પણ કૃપા નથી મળી એમ નથી, પરંતુ યશોદાજીને જે કૃપા મળી તે કૃપા કોઇને

મળી નથી.

૨૦ શ્રીકૃષ્ણ ભગવાન જેવા ભક્તિવાળાઓને સહેજ મળે છે તેવા દેહાભિમાની તપસ્વી આદિ લોકોને અને દેહાભિમાન વગરના જ્ઞાની લોકોને પણ સહેજ મળતા નથી.

૨૧ પછી માતા યશોદા ઘરના કામકાજમાં લાગી જતાં બંધાએલા પ્રભુ યમલાર્જુન કે જે પૂર્વજન્મમાં કુબેરજીના પુત્ર યક્ષ હતા તેમને દીઠા.

૨૨ પૂર્વે નળકૂબર અને મણિગ્રીવ એવા નામથી પ્રખ્યાત થયેલા અને મોટી લક્ષ્મીવાળા બે કુબેરજીના પુત્ર હતા, તેઓ લક્ષ્મીના મદને લીધે નારદજીનો શાપ લાગવાથી વૃક્ષપણું પામ્યા હતા.

18

પાઠ : ૧૮ શ્રીકૃષ્ણ ભગવાને ચમલાર્જુનનો કરેલો મોક્ષ

• પાઠ : ૧૮ શ્રીકૃષ્ણ ભગવાને ચમલાર્જુનનો કરેલો મોક્ષ

પરીક્ષિત રાજા પૂછે છે- હે મહારાજ ! એ નળકૂબર અને મણિગ્રીવને નારદજીએ શાપ દીધો તેનું કારણ કહો, એ લોકોએ કયું ભૂંડું કામ કર્યું હતું? અને નારદજીએ પોતે મહાવૈષ્ણવ થઇને કોપ શા માટે કર્યી ?

1. શુકદેવજી કહે છે- રુદ્રનું અનુચરપણું મળવાથી બહુજ ગર્વ પામેલા એ બે કુબેરજીના પુત્રો છકેલા થઇને કૈલાસ પર્વતના સુંદર ઉપવનમાં ગંગાજીને કાંઠે ફરતા હતા. વારુણી નામની મદિરા પીવાને લીધે તેઓનાં નેત્રો મદથી ઘૂમતાં હતાં અને ફૂલવાડીમાં ફરતા હતા, ત્યાં તેઓની પાછળ સ્ત્રીઓ ગાતી આવતી હતી.

2. કમળોના ઘણા વનવાળા ગંગાજીના પ્રવાહમાં પ્રવેશ કરીને હાથીઓ જેમ ક્રીડા કરે તેમ તેઓ જુવાન સ્ત્રીઓની સાથે ક્રીડા કરતા હતા.

3. હે રાજા ! ત્યાં દૈવ ઇચ્છાથી દેવર્ષિ નારદજી આવી ચડ્યા, તેઓને જોઇને આ બન્ને મદોન્મત્ત છે એમ જાણી ગયા.

4. વસ્ત્ર વગરની સ્ત્રીઓએ નારદજીને જોઇને લાજ આવતાં તેમના શાપની બીકથી તુરત વસ્ત્ર પહેર્યાં, પણ નગ્ન ઉભેલા તે બે જણાએ પહેર્યાં નહીં.

5. મદિરા પીવાથી મદોન્મત્ત બનેલા અને લક્ષ્મીના મદથી અંધ બનેલા એ બે દેવકુમારોને જોઇ તેઓના પર અનુગ્રહ કરવા સારુ શાપ દેવાનો નિશ્ચય કરીને નારદજી આ પ્રમાણે બોલ્યા.

6. નારદજી કહે છે પ્રિય વિષયોને સેવનાર પુરુષને એક લક્ષ્મીના મદ વિના કુલીનપણાથી કે વિદ્વાનપણાથી ઉત્પન્ન થયેલો બીજા કોઇ પણ પ્રકારનો મદ અથવા

રજોગુણનું કાર્ય બુદ્ધિને ભ્રષ્ટ કરનાર નથી, પણ લક્ષ્મીનો મદ જ બુદ્ધિને ભ્રષ્ટ કરનાર છે, કે જે લક્ષ્મીના મદની સાથે સ્ત્રીઓનું, જુગારનું અને મદિરા પીવાનું વ્યસન રહે છે.

7. આ ક્ષણભંગુર દેહને લક્ષ્મીના મદને લીધે અજર અને અમર માનનાર અજિતેંદ્રિય લોકો નિર્દય થઇને પશુઓને મારે છે.

8. નરદેવ અને ભૂદેવ કહેવાતો હોય છતાં પણ જે આ દેહ છેલ્લીવારે સડી જાય તો કીડારૂપ, ખવાઇ જાય તો વિષ્ટારૂપ, અને બાળીનાખવામાં આવે તો ભસ્મરૂપ થનાર છે, આવા નાશવંત દેહને રાજી રાખવા સારુ પ્રાણીઓનો દ્રોહ કરનાર પુરુષ પોતાના મોક્ષરૂપી સ્વાર્થને શું જાણે છે ? નથી જ જાણતો. કેમકે પ્રાણીઓનો દ્રોહ કરવાથી તો નરક જ મળે છે.

9. વાસ્તવિક રીતે આ દેહ કોનો છે ? અન્નદાતાનો કહીએ તોપણ ખોટું નથી, પિતાનો કહીએ તોપણ ખોટું નથી, માતાનો કહીએ તોપણ ખોટું નથી, કોઇ બળવાન પુરુષ દાસ કરી લે તો તેનો છે એમ કહેવામાં પણ ખોટું નથી, વેચાતો લેનારનો કહીએ તોપણ ખોટું નથી, છેલ્લીવારે બાળી નાખે છે તેથી અગ્નિનો કહીએ તોપણ ખોટું નથી. અને સમયપર કૂતરાં ખાઇ જાય તેથી કૂતરાંનો કહીએ તોપણ ખોટું ન કહેવાય.

10. આવી રીતે ધણાનો સહીઆરો દેહ કે જેની ઉત્પત્તિ પ્રકૃતિથી છે અને નાશ પણ પ્રકૃતિમાં જ છે, તેને પોતારૂપ માની કયો વિદ્વાન પ્રાણીઓને મારે ? દેહાભિમાનથી હિંસા કરવી એતો મૂઢનું જ કામ છે.

11. જે મૂઢ પુરુષ લક્ષ્મીના મદથી આંધળો થયેલો હોય તેને દારિદ્ય જ ઉત્તમ અંજનરૂપ છે. કેમકે દરિદ્રી પુરુષ બીજા પ્રાણીઓને પોતા સરખા જ ગણે તેથી કોઇનો દ્રોહ કરે નહિ.

12. એકવાર જેના શરીરમાં કાંટો લાગેલો હોય એ કદી પણ ઇચ્છતો નથી કે બીજાને પણ કાંટાની પીડા સહન કરવી પડે. કેમ કે મુખનું કરમાઇ જવું વગેરે ચિહ્નોથી એ સમજે છે કે સર્વે જીવોને સરખી પીડા થાય છે. પણ જેને કાંટો વાગ્યો જ ન હોય એ કદી પણ પીડાનું અનુમાન કરી શકતો નથી.

13. સર્વ પ્રકારના મદથી મુક્ત અને અહંકાર વગરનો દરિદ્રી પુરુષ દૈવ ઇચ્છાથી કષ્ટ પામે છે, તો તે કષ્ટ જ તેને મોટા તપરૂપ થાય છે.

14. ભૂખથી દુબળા થયેલા અને અન્નને ઇચ્છતા દરિદ્રી પુરુષની ઇંદ્રિયો નિર્બળ થઇ જાય છે અને તેની પછવાડે હિંસા પણ બંધ પડે છે.

15. સમદૃષ્ટિવાળા સાધુપુરુષોનો સમાગમ પણ દરિદ્રીને જ થાય છે અને તેઓના સંગના પ્રભાવથી તેની તૃષ્ણા મટી જતાં તે તુરત જ શુદ્ધ થાય છે.

16. સમદૃષ્ટિવાળા અને ભગવાનના ચરણને ઇચ્છનારા સાધુ પુરુષોને દરિદ્રીજ વહાલા હોય છે, કેમકે ધનના અભિમાનને લીધે ખોટાં કાર્યમાં લાગી રહેલા નીચ લોકોને સાધુપુરુષો ઉપેક્ષા કરવા યોગ્ય જ માને છે, તેથી તે સાધુઓને અભિમાની પુરુષોનું કશું પ્રયોજન હોતું નથી.

17. એટલા જ માટે આ બન્ને જણા વારુણી મદિરા પીવાથી મદોન્મત્ત, લક્ષ્મીના મદથી આંધળા, સ્ત્રીલંપટ અને અજિતેન્દ્રિય છે, તેઓના અજ્ઞાને કરેલા મદને હું હરીશ.

18. અજ્ઞાનથી વ્યાપ્ત અને મદોન્મત્ત આ બે જણા લોકપાળના પુત્ર થઇને પોતાના શરીરને નગ્ન જાણતા નથી, તેથી સ્થાવરપણાને યોગ્ય છે, તેપ્રમાણે થવાથી ફરીવાર આવું કામ ન કરે. મારી કૃપાથી તે સ્થાવરપણાના અવતારમાં પણ પૂર્વ જન્મનું સ્મરણ રહેશે અને દેવતાઓનાં સો વર્ષ પૂરાં થયા પછી ભગવાનનું દર્શન પામીને પાછા દેવ થશે. દેવપણામાં પણ મારા અનુગ્રહથી તેઓને ભક્તિ પ્રાપ્ત થશે.

19. શુકદેવજી કહે છે- આ પ્રમાણે કહીને તે નારદજી નારાયણના આશ્રમમાં ગયા. અને નળકૂબર તથા મણિગ્રીવ યમલાર્જુન થયા.

20. વૈષ્ણવોમાં ઉત્તમ નારદજીનું વચન સાચું કરવા સારુ એ યમલાર્જુન જયાં છે ત્યાં ભગવાન ધીરે ધીરે પધાર્યા.

21. નારદજી મને બહુજ વ્હાલા છે, માટે એ મહાત્મા નારદજીએ આ બન્ને કૂબરજીના પુત્ર વિષે જે કહ્યું છે, તે હું તે પ્રમાણે જ સાચું કરીશ. એવા વિચારથી શ્રીકૃષ્ણ ભગવાન તે બે યમલાર્જુનના મધ્યમાંથી પ્રવેશ્યા. પોતાના પ્રવેશ માત્રથી ખાંડણિયો આડો થઇ ગયો. પછી જેમના ઉદરમાં દોરડું બાંધેલું છે એવા તે બાળક શ્રીકૃષ્ણે ખાંડણિયાને જોરથી ખેંચ્યો કે તરત જ એ વૃક્ષનાં મૂળ ઊખડી ગયાં. અને શ્રીકૃષ્ણ ભગવાનના અત્યંત પરાક્રમને લીધે થડ, શાખા અને પાંદડાં કંપવા લાગ્યાં, ભારે ભયંકર કડાકો થયો અને તરત જ એ બે ઝાડ ધરતી પર પડ્યાં.

22. એ બે ઝાડમાંથી જેમ મૂર્તિમાન અગ્નિ નીકળે તેમ બે દેવપુરુષો નીકળ્યા, મદ રહિત થયેલા અને જેની કાંતિથી દિશાઓ શોભી રહી હતી. એવા એ બન્ને હાથ જોડી, શ્રીકૃષ્ણ ભગવાનની પાસે આવી, પ્રણામ કરીને આ પ્રમાણે સ્તુતિ કરવા લાગ્યા.

23. નળકૂબેર અને મણિગ્રીવ ભગવાનની સ્તુતિ કરે છે- હે કૃષ્ણ ! હે કૃષ્ણ ! હે મોટા યોગી ! તમે સર્વના આદિ પરમ પુરુષ છો. સ્થૂળ સૂક્ષ્મરૂપ આ સઘળું જગત તમારું શરીર છે એમ બ્રહ્મવેત્તાઓ જાણે છે.

24. સર્વ પ્રાણીઓના દેહ, પ્રાણ, અહંકાર અને ઇન્દ્રિયોના નિયંતા તમે એક છો. અવિનાશી અને ઇશ્વર વિષ્ણુ તમે છો. તેથી જે કાળ છે તે તમારી લીલા છે.

25. મહતત્ત્વરૂપ તમે છો, રજ, સત્વ અને તમોગુણમય સાક્ષાત્ પ્રકૃતિ એ તમારું શરીર છે, સર્વના અધ્યક્ષ અને શરીરોના વિકારોને જાણનારા પુરુષ તમે છો.

26. ઇંદ્રિયોથી ગ્રહણ કરવામાં આવતા પ્રકૃતિના પદાર્થોથી તમારું ગ્રહણ થતું નથી. આ જગતની ઉત્પત્તિ પહેલાં જ સ્વતઃસિદ્ધપણાથી રહેલા આપને દેહાદિકથી વીંટાએલો કોણ જાણી શકે ?

27. વાસુદેવ, સર્વના કર્તા અને પોતે પ્રકાશ કરેલા ગુણોથી જેનું સ્વરૂપ ઢંકાઇ રહ્યું છે, એવા પરબ્રહ્મને નમસ્કાર કરીએ છીએ.

28. જે આપ સર્વ શરીરોમાં રહેલા છો, છતાં શરીરના સંબંધથી રહિત છો. તમારા અવતારો, બીજા પ્રાણીઓથી ન થઇ શકે એવાં અને જેમના પરાક્રમની સમાન બીજા પરાક્રમો ન હોય તથા અધિક પણ ન હોય, એવા પરાક્રમો ઉપરથી જાણવામાં આવે છે.

29. સર્વલોકોને કલ્યાણ અને મોક્ષ આપવા માટે, સર્વ સુખોના અધિપતિ આપ હમણાં બળરામની સાથે અવતર્યા છો.

30. હે પરમકલ્યાણ રૂપ ! હે પરમ મંગળરૂપ ! વાસુદેવ, શાંત અને યાદવોના પતિ એવા તમોને વારંવાર પ્રણામ કરીએ છીએ.

31. હે પ્રભુ ! અમે તમારા દાસાનુદાસ છીએ, અમને આજ્ઞા કરો. અમોને નારદજીના અનુગ્રહથી આપનું દર્શન થયું છે.

32. અમારી વાણી આપના ગુણના વર્ણનમાં તત્પર રહે, કાન આપની કથા સાંભળવામાં, હાથ આપની સેવા કરવામાં, મન આપના ચરણના સ્મરણમાં, મસ્તક આપના નિવાસરૂપ જગતને પ્રણામ કરવામાં અને દૃષ્ટિ આપના શરીરરૂપ સત્પુરુષોનાં દર્શનમાં તત્પર રહે.

33. શુકદેવજી કહે છે- દોરડાંથી ખાંડણિયામાં બંધાયેલા ગોકુલેશ્વર ભગવાને આ પ્રમાણે તેઓની સ્તુતિ સાંભળી, હસીને ભગવાન તેઓને કહેવા લાગ્યા કે- તમે લક્ષ્મીના મદથી અંધ થયા હતા તેથી દયાળુ નારદજીએ પોતાની વાણીથી લક્ષ્મીનો મદ ટાળી નાખવારૂપ અનુગ્રહ કર્યો હતો, એ પ્રથમથી જ મારા જાણવામાં હતું.

34. સૂર્યના દર્શનથી જેમ નેત્રને બંધન રહે નહિ, તેમ સ્વધર્મમાં વર્તનાર, બ્રહ્મવેત્તા અને તેઓમાં પણ વળી મારામાં ચિત્તનું અર્પણ કરનાર મહાત્માઓના દર્શનથી, પુરુષને બંધન રહે જ નહીં.

35. તો હવે હે નળકૂબર ! તમે મારા પરાયણ થઇને તમારે ઠેકાણે જાઓ. તમને સંસારનું બંધન મટાડનારો એવો મારામાં પ્રેમ થયો છે.

36. શુકદેવજી કહે છે- ખાંડણિયાથી બંધાએલા ભગવાને આ પ્રમાણે કહ્યું, એટલે તે નળકૂબર અને મણિગ્રીવ, ભગવાનને પ્રદક્ષિણા કરી, વારંવાર પ્રણામ કરી, આજ્ઞા માગીને ઉત્તર દિશામાં ગયા.

19

પાઠ : ૧૯ શ્રીકૃષ્ણ ભગવાને અધાસુરનો કરેલો વધ

- પાઠ : ૧૯ શ્રીકૃષ્ણ ભગવાને અધાસુરનો કરેલો વધ.

કોઇ દિવસે વનમાં જ જમવાના વિચારથી પ્રાતઃકાળમાં ઊઠી સુંદર શીંગડીના શબ્દથી પોતાના મિત્ર ગોવાળિયાઓને જગાડીને, વાછરડાંનું ટોળું આગળ કરી ભગવાન વ્રજમાંથી નીકળ્યા.

1. સ્નેહી અને સારાં સારાં શીંકાં, છડીઓ, શીંગડી તથા વેણુઓને ધરનારા હજારો બાળકો અને હજારો પોતપોતાનાં વાછરડાંઓને આગળ કરી પ્રીતિથી ભગવાનની સાથે જ નીકળ્યા.
2. શ્રીકૃષ્ણનાં અસંખ્યાત વાછરડાંની સાથે પોતાનાં વાછરડાંઓને ભેગાં કરી, તેઓને ચારતા એ બાળકો સ્થળે સ્થળે વિહાર કરતા હતા.
3. કાચ, ચણોઠી, મણિ અને સુવર્ણથી શણગારેલા હતા. તોપણ ફળ, પાંદડાં, ગુચ્છ, ફૂલ, મોરપીંછ અને ધાતુઓથી એ બાળકો પોતપોતાનાં શરીરને શણગારતા હતા.
4. એક બીજાનાં શીંકાં આદિ પદાર્થોને ચોરતા હતા; અને જયારે વસ્તુના માલિકને ખબર પડે ત્યારે લેનારો તે વસ્તુને બીજાની પાસે ફેંકી દેતો હતો, બીજો ત્રીજાની પાસે, ત્રીજો ચોથાની પાસે ફેંકી દેતો હતો. અને પછી હસતાં હસતાં તે વસ્તુ તેના માલિકને પાછી આપી દેતા હતા.
5. વનની શોભા જોવા સારુ ભગવાન દૂર ગયા હોય તો તેમને "હું પહેલાં સ્પર્શ કરીશ, હું પહેલાં સ્પર્શ કરીશ" એમ બોલી તેની તરફ દોડ લગાવતા હતા. અને શ્રીકૃષ્ણનો સ્પર્શ કરીને આનંદ મગ્ન થઇ જતા હતા, કોઇ વેણુ વગાડતા હતા, કોઇ ભ્રમરોની સાથે ગાતા હતા, અને કોઇ કોયલની સાથે ટહુકો કરતા હતા.

6. પક્ષીઓના ઓછાયાની સાથે દોડતા, હંસોની ચાલની નકલ કરીને હંસોની સાથે સુંદર ગતિથી ચાલતા, બગલાઓની સાથે આંખો મીંચીને બેસતા, મોરની સાથે નાચતા, કેટલાક તો વૃક્ષોની શાખાઓ નીચે લટકતાં વાંદરાનાં પૂંછને ખેંચતા, પૂછડાં નહી મૂકતાં વાંદરાઓની સાથે ઝાડપર ચઢી જતા, વાંદરાઓની સાથે મોઢાં મરડતા, વૃક્ષોમાં ઠેકતા, દેડકાંઓની સાથે ઠેકડા દેતા, નદી તથા ઝરણાઓમાં નહાતા, પોતાના પડછાયાની હાંસી કરતા અને પડઘાઓને ગાળો દેતા હતા.

7. બ્રહ્માનંદના અનુભવથી પરમાત્માના દાસભાવને પામેલા એકાન્તિક સાધુ પુરુષોને સાક્ષાત્ પરબ્રહ્મરૂપે જણાતા, અને માયાથી મોહિત થયેલાઓને કેવળ બાળમનુષ્યરૂપે જણાતા એવા શ્રીકૃષ્ણ ભગવાનની સાથે પૂણ્યશાળી એવા ગોવાલિયાઓ વિહાર કરતા હતા.

8. ઘણા જન્મોમાં કષ્ટ વેઠીવેઠીને મનને વશ કરનારા યોગીઓને પણ જેના ચરણની રજ મળતી નથી, તે જ પોતે ભગવાન પ્રત્યક્ષરૂપથી વ્રજવાસીઓની પાસે રહ્યા, માટે તેઓના ભાગ્યનું શું વર્ણન કરવું ?

9. પછી ગોવાળો અને શ્રીકૃષ્ણ ભગવાનની સુખપૂર્વક ક્રીડાઓને નહીં સહન કરી શકતો એવો મોટો અધાસુર આવ્યો કે જે અધાસુરના મૃત્યુની વાટ અમૃત પીનાર છતાં પણ પોતાના જીવિતને ઇચ્છનારા દેવતાઓ પણ જોતા હતા.

10. કંસે મોકલેલા તથા પૂતના અને બકાસુરના નાનાભાઇ અધાસુરે શ્રીકૃષ્ણાદિક બાળકોને જોઇને વિચાર કર્યો કે આ કૃષ્ણ મારા બે સહોદરનો નાશ કરનાર છે, માટે તેના બદલામાં આ કૃષ્ણને તેના સૈન્યની સાથે હું મારીશ.

11. આ છોકરાઓ જયારે મારા સહોદરોને તિલ અને જળરૂપ કરવામાં આવશે. અર્થાત્ શ્રીકૃષ્ણની સાથે આ બાળકોને મારીશ ત્યારે જ ભાઇ બહેનને અંજલી આપી ગણાશે અને ગોપબાળોનું મૃત્યુ થતાં વ્રજવાસીઓ મૃતપ્રાય બની જશે. સંતાનો એ જ પ્રાણીઓના પ્રાણ હોય છે. તેથી સંતાનોનું મૃત્યુ થતાં સર્વે વ્રજવાસીઓ પોતાની મેળે જ મૃત્યુ પામી જશે.

12. આવો નિશ્ચય કરી, એ ખળ અધાસુર સૌને ગળી જવાની આશાથી અજગરનું મોઢું અદભૂતરૂપ ધરીને માર્ગમાં સૂતો. એ અજગર એક યોજન લાંબો હતો, મોટા પર્વત જેવો જાડો હતો, ગુફા જેવું મોઢું ફાડ્યું હતું, નીચલો હોઠ ધરતી પર હતો, ઉપલો હોઠ વાદળાંઓને અડી રહ્યો હતો, ગલોફાં ગુફા જેવાં હતાં, દાઢો પર્વતના શિખરો જેવી હતી, મોઢાની અંદરનો ભાગ અંધારા જેવો હતો, જીભ લાંબી સડક જેવી હતી, શ્વાસ કઠોર પવન જેવો હતો અને આંખો દાવાનળ જેવી હતી.

13. આવા અજગરને જોઇ, તેને ભૂલથી વૃન્દાવનની શોભા માનીને સઘળા બાળકો રમતાં રમતાં અજગર સર્પના ફાડેલા મોઢાની ઉત્પ્રેક્ષા કરવા લાગ્યાં કે 'અહો ! મિત્રો ! આ આપણી સામે જે દેખાય છે તે કોઇ પ્રાણી જેવું દેખાય છે કે નહીં ? અને તેમાં આપણને ગળી જવા સારુ ફાડેલા અજગરના મોઢાં જેવું લાગે છે કે નહીં ? તે કહો.

14. સાચેસાચ સૂરજના કિરણોથી રાતું વાદળું ઉપલા હોઠ જેવું લાગે છે તે જુઓ. તે વાદળાંની છાયાથી રાતો જણાતો આ કાંઠો નીચલા હોઠ જેવો લાગે છે. આ ડાબી અને જમણી પર્વતની બે ગુફાઓ ગલોફાં જેવી લાગે છે. આ ઊંચા શિખરની પંક્તિઓ અજગરની દાઢો જેવી જણાય છે.

15. આ લાંબો અને પહોળો માર્ગ જીભ જેવો જણાય છે. અંદરનું આ અંધારું અજગરના મોઢાના મધ્યભાગ જેવું જણાય છે.

16. દાવાનળથી ગરમ આ કઠોર વાયુ શ્વાસ સરખો જણાય છે, દાવાનળથી બળી ગયેલાં પ્રાણીઓનો આ દુર્ગંધ અજગરે ખાધેલાં માંસના ગંધ જેવો જણાય છે.

17. આમાં આપણે પેસીશું તો શું આપણને પણ ગળી જશે ? અને જો ગળી જશે તો બગલાની પેઠે આ કૃષ્ણના હાથથી તુરત નાશ પામશે. એમ બોલતા અને ભગવાનના સુંદર મુખની સામું જોતા એ બાળકો તાળીઓ પાડતા પાડતા ગયા.

18. એને રાક્ષસ જાણતા અને સર્વ પ્રાણીઓના હૃદયમાં રહેલા ભગવાને આ પ્રમાણે અજાણ્યા બાળકોની પરસ્પર ભૂલથી થતી વાત સાંભળી, સાચાનું ખોટું ઠરે છે એમ વિચારી તે મિત્રોને અટકાવવાનું મન કર્યું, તેટલામાં તો તે વાછરડાં સહિત બાળકો અધાસુરના પેટની અંદર પ્રવેશી ગયાં. તેઓ પેટની અંદર આવ્યા તો પણ, પોતાના બે સહોદરના મરણને સંભારતો અધાસુર ભગવાનના પ્રવેશની વાટ જોતો હતો, તેથી તેણે એ વાછરડાં સહિત બાળકોને પચાવી દીધા નહીં.

19. સર્વને અભય આપનાર ભગવાન પોતાના હાથમાંથી નીકળી ગયેલાં અને જેઓનો બીજો કોઇ આશ્રય નથી એવાં દીન પ્રાણીઓને અધાસુરના જઠરાગ્નિમાં ધાસ થવાના જાણી, દયાથી યુક્ત થઇને અને દૈવના કર્તવ્યથી વિસ્મય પામીને વિચાર કરવા લાગ્યા કે હવે અહીં શું કરવું ? આ દુષ્ટ અધાસુર જીવે નહીં અને આ ભલા પ્રાણીઓ મરે નહીં એ બે વાત શી રીતે થાય ? એમ વિચાર કરી અને પછી તેના ઉપાયનો નિશ્ચય કરી, સર્વજ્ઞ ભગવાન અધાસુરના મોઢામાં પેઠા.

20. એ સમયમાં વાદળાં આડા ઊભેલા દેવતાઓ ભયથી હાહાકાર કરવા લાગ્યા અને અધાસુરના સંબંધી કંસાદિક રાક્ષસો રાજી થયા.

21. એ હાહાકાર સાંભળી અવિનાશી શ્રીકૃષ્ણ ભગવાન જે અધાસુર બાળકો સહિત વાછરડાંને ચૂર્ણ કરવા ઇચ્છતો હતો. તેના ગળામાં તરત વૃદ્ધિ પામ્યા.

22. એમ થવાથી ગળું રોકાઇ જતાં આમ તેમ તરફડિયાં મારતા અને જેની આંખો ફાટી પડી છે, એવા અધાસુરના દેહની અંદર બહુ જ રોકાએલો પવન તેનું બ્રહ્મરંધ્ર ફાડી નાખીને બહાર નીકળી ગયો.

23. પવનની સાથે જ તેની સર્વ ઇંદ્રિઓ પણ બહાર નીકળી ગઇ. પછી મરણ પામેલા ગોવાળિયા અને વાછરડાંઓને પોતાની અમૃત દૃષ્ટિથી જીવતાં કરી, તેઓની સાથે શ્રીકૃષ્ણ ભગવાન અધાસુરના મોઢામાંથી બહાર આવ્યા.

24. એ અજગરના પુષ્ટ દેહમાંથી નીકળેલું મહા અદ્ભૂત અને પોતાના પ્રકાશથી દશે દિશાઓને પ્રજવલિત કરતું જે તેજ, ભગવાનના નીકળવાની રાહ જોઇને અકાશમાં

રોકાઇ રહ્યું હતું. તે તેજ દેવતાઓ ના દેખતાં ભગવાનમાં પ્રવેશી ગયું.

25. પછી બહુ જ રાજી થયેલા દેવતાઓ એ પુષ્પથી, અપ્સરાઓએ નૃત્યથી, સારું ગાનારાઓએ ગાયનથી, વાજાંવાળા વાજાંથી, બ્રાહ્મણો સ્તુતિઓથી અને પાર્ષદોએ જય જય શબ્દોથી ભગવાનની પૂજા કરી.

26. એ અદ્ભૂત સ્તોત્ર, સારાં વાજાં, ગાયન અને જયઘોષાદિકના અનેક ઉત્સવવાળા મંગલ શબ્દોને પોતાના ધામની અંદર સાંભળી તરત વૃન્દાવનમાં આવેલા બ્રહ્મા શ્રીકૃષ્ણનો મહિમા જોઇને વિસ્મય પામી ગયા.

27. હે રાજા ! વૃન્દાવનમાં સૂકાઇ ગયેલું એ અદ્ભૂત અજગરનું ચામડું પણ ઘણા કાળ સુધી વ્રજવાસીઓને રમવાની ગુફારૂપ થયું હતું.

28. પોતાને મરણથી છોડાવ્યા અને અધાસુરને સંસારથી છોડાવ્યો એ ચરિત્ર ભગવાને કુમાર અવસ્થામાં કર્યું. તે જોઇને વિસ્મય પામેલાં બાળકોએ, ભગવાનના છઠ્ઠા વર્ષમાં એટલે વચમાં એક વર્ષ વીતી ગયા પછી, આજ શ્રીકૃષ્ણે અધાસુરને માર્યો. આ પ્રમાણે ગોકુળમાં કહ્યું.

29. માયાથી મનુષ્યના બાળક થયેલા અને વાસ્તવ સ્વરૂપે સર્વના આદિકારણરૂપ પરમાત્મા શ્રીકૃષ્ણના સ્પર્શથી પાપ ધોવાઇ જતાં અધાસુર પણ નીચ લોકોને ન જ મળે એવા ભગવાનના સામ્યપણાને પામ્યો, એ વાત આશ્ચર્યરૂપ સમજવી નહીં.

30. કેમકે જેની કેવળ મનોમય મૂર્તિને પ્રહ્લાદાદિક પુરુષોએ બળાત્કારથી મનમાં ધરી હતી તોપણ તેઓને મુક્તિ મળી છે, ત્યારે નિરંતર આત્મસુખના અનુભવથી માયાનો તિરસ્કાર કરનાર એ ભગવાન પોતે જ અધાસુરના શરીરમાં પેસતાં અધાસુરને મુક્તિ મળે, એમાં તો નવાઇ જ શી ?

31. સૂત શૌનકાદિકને કહે છે- હે બ્રાહ્મણો ! આ પ્રમાણે પોતાના રક્ષક ભગવાનનું વિચિત્ર ચરિત્ર સાંભળીને તેમાં જ જેનું ચિત્ત લાગી રહ્યું છે, એવા પરીક્ષિત રાજાએ વ્યાસના પુત્ર શુકદેવજીને પાછો તે સંબંધી જ પવિત્ર પ્રસંગ પૂછ્યો.

32. પરીક્ષિત રાજા પુછે છે- હે મહારાજ ! ભગવાને કુમાર અવસ્થામાં જે ચરિત્ર કર્યું, તે ચરિત્ર બાળકોએ ભગવાનની પૌગંડ અવસ્થામાં કહ્યું, તો કુમાર અવસ્થામાં બનેલી ઘટના પૌગંડઅવસ્થામાં થવી શી રીતે સંભવે ?

33. હે ગુરુ ! હે મોટા યોગી ! એ વિષય મારી પાસે કહો; કેમકે તે સાંભળવાનો મને મોટો ઉત્સાહ છે. ઘણું કરીને એ ભગવાનની જ માયા હોવી જોઇએ, એમાં સંશય નહીં.

34. હે ગુરુ અમે બ્રાહ્મણાદિકની સેવા કરી ન હોવાથી માત્ર નામના જ ક્ષત્રિય છીએ. છતાં પણ આપની પાસેથી ભગવાનની પવિત્ર કથારૂપ અમૃત પીએ છીએ માટે ભાગ્યશાળી છીએ.

35. સૂત કહે છે- હે મોટા વૈષ્ણવોમાં ઉત્તમ શૌનક મુનિ ! આ પ્રમાણે પરીક્ષિત રાજાએ પૂછીને ભગવાનનું સ્મરણ આપતાં પ્રથમ તો શુકદેવજીની સર્વ ઇંદ્રિયો ભગવાનમાં જ લીન થઇ ગઇ, પણ પછી માંડ માંડ બહિર્વૃત્તિ આવતાં શુકદેવજીએ તેમને ધીરજથી ઉત્તર આપવા માંડ્યો.

20

પાઠ : ૨૦ બ્રહ્માએ વાછડાં તથા બાળકોનું હરણ કરવાથી ભગવાન તે સર્વરૂપ થયા

- પાઠ : ૨૦ બ્રહ્માએ વાછડાં તથા બાળકોનું હરણ કરવાથી ભગવાન તે સર્વરૂપ થયા.

હે વૈષ્ણવોમાં ઉત્તમ મોટા રાજા ! તમે બહુજ સારું પરુછ્યું, ભગવાનની કથાને વારંવાર સાંભળવા છતાં પણ તમને કથામાં અરુચિ થતી નથી અને નવી ને નવી લાગે છે.

- સાર ગ્રહણ કરનારા સત્પુરુષોની વાણી, કાન અને ચિત્ત જો કે ભગવાનની કથામાં જ લાગી રહેલાં હોય છે, તોપણ જેમ સ્ત્રીલંપટ પુરુષોને સ્ત્રીઓની વાતો પ્રતિક્ષણ નવી નવી અને સારી લાગે છે. તેમ તે સત્પુરુષોને પ્રત્યેક ક્ષણે ભગવાનની વાતોનવી નવી અને સારી લાગતી હોય છે.
- હે રાજા ! સાવધાન થઇને સાંભળો, આ વાત છાની છે તોપણ તમારી પાસે કહું છું, કેમકે ગુરુએ સ્નેહવાળા શિષ્યની પાસે છાની વાત પણ કહેવી જોઇએ.
- પૂર્વે કહ્યા પ્રમાણે વાછરડાં અને ગોવાલિયાઓની અઘાસુરના મુખરૂપ મૃત્યુથી રક્ષા કરીને તેઓને નદીને કિનારે લાવી, ભગવાને કહ્યું કે- અહો ! હે મિત્રો ! આ કાંઠો આપણને રમવાની સગવડવાળો અને અત્યંત રમણીય છે. અહીંની રેતી કોમળ અને સ્વચ્છ છે. ખીલેલાં અનેક કમળોની સુગંધથી ખેંચાઇ આવેલા ભમરાઓ અને પક્ષીઓના શબ્દોથી તથા જળમાં થતા પડઘાઓથી શોભી રહેલાં ઝાડ ચારેકોર વ્યાપ્ત થઇ રહ્યાં છે.

- અહીં બેસીને આપણે જમવું છે, દિવસ ચઢી ગયો છે અને ભૂખ પણ લાગી છે. વાછરડાંઓને પાણી પાઇને આપણા સમીપમાં ધીરેધીરે ઘાસ ચરવા દો.

- આ ભગવાનનાં વચનનો સ્વીકાર કરી સર્વે બાળકો વાછરડાંઓને પાણી પાઇ, લીલા ઘાસવાળા પ્રદેશમાં ચરતાં મૂકી, શીંકા ધરતી પર રાખીને ભગવાનની સાથે આનંદથી જમવા લાગ્યા.

- વનમાં ભગવાનની ચારેકોર મોટી ગોળ પંક્તિઓમાં એક બીજાને અડીને બેઠેલા, પ્રફુલ્લિત દૃષ્ટિવાળા અને ભગવાનની સામે જેઓ મોઢાં રાખ્યાં હતાં, એવા વ્રજના બાળકો કમળની પાંખડીની પેઠે શોભતા હતા.

- કેટલાક બાળકો ફૂલનાં, કેટલાક બાળકો ફૂલની પાંખડીઓનાં, કેટલાક પાંદડાંનાં, કેટલાક અંકુરનાં, કેટલાક ફળનાં, કેટલાક શીંકાંનાં, કેટલાક વૃક્ષની છાલનાં અને કેટલાક છીપરોનાં વાસણ કરીને જમતા હતા.

- પોતપોતાના ભોજનના નોખનોખા સ્વાદને પરસ્પર દેખાડતા, હસતા અને હસાવતા બાળકો ભગવાનની સાથે જમતા હતા.

- એ બાળકોમાં યજ્ઞભોક્તા ભગવાન પણ જમતા હતા. એ સમયમાં ભગવાને પેટ ઉપરના વસ્ત્રની અંદર વેણુ ધરી હતી, શીંગડી અને છડી કાંખમાં લીધાં હતાં, ડાબા હાથમાં દહીંભાતનો કોળિયો હતો, અથાણાં આંગળીઓમાં લીધાં હતાં, ગોળાકારે બેઠેલા પોતાના મિત્રોની વચમાં બેઠા હતા, હાંસીના વચનોથી હસાવતા હતા. આવી લીલાને દેવતાઓ જોઇ રહ્યા હતા.

- હે રાજા ! આ પ્રમાણે ગોવાલિયાઓ જમવા લાગતાં અને તેઓના ચિત્ત ભગવાનમાં લાગી જતાં વાછરડાંઓ ઘાસની લાલચથી વનની અંદર દૂર ચાલ્યાં ગયાં.

- વાછરડાં દૂર નીકળી ગયેલાં હોવાથી ભય પામેલા ગોવાલિયાઓને જોઇ ભગવાને તેઓને કહ્યું કે- હે મિત્રો ! જમવું છોડશો નહીં, હું જઇને વાછરડાંઓને અહીં લાવું છું.

- આ પ્રમાણે કહી હાથમાં દહીં ભાતનો કોળિયો લઇ પર્વતો, ગુફાઓ, કુંજો અને વિષમ સ્થળોમાં પોતાનાં વાછરડાંઓને શોધવા સારુ ભગવાન ત્યાંથી આગળ વધ્યા.

- હે રાજા ! આ અવકાશ મળતાં જે બ્રહ્મા પ્રથમ ભગવાને કરેલા અઘાસુરનો મોક્ષ જોવાથી પરમ વિસ્મય પામીને આકાશમાં જ ઊભા હતા, તે બ્રહ્મા માયાથી બાળક થયેલા ભગવાનનો બીજો પણ ઉત્તમ મહિમા જોવા સારુ, અહીંથી બાળકોને અને ત્યાંથી વાછરડાંઓને બીજા સ્થળમાં લઇ જઇને પોતે અંતર્ધાન થઇ ગયા.

- પછી વાછરડાંઓ નહીં જોવામાં આવતાં ભગવાન પાછા કાંઠે આવ્યા, ત્યાં બાળકો પણ જોવામાં નહીં આવતાં એ બન્નેને ચારેકોર શોધવા લાગ્યા.

- સર્વના સાક્ષી ભગવાન વનમાં કોઇ પણ સ્થળે વાછરડાંઓને અને ગોવાળોને નહીં દેખીને આ સઘળું બ્રહ્માએ કર્યું છે, એમ તરત જાણી ગયા.

- પછી જગતના કર્તા ઇશ્વર, વાછરડાં અને ગોવાળોની માતાઓને તથા બ્રહ્માને પ્રીતિ ઉપજાવવા સારુ પોતે જ સઘળાં વાછરડાં અને ગોવાલિયારૂપે થયા.

- ''જો હું ચુપ રહીશ તો વાછરડાં અને બાળકોની માતાઓને ખેદ થશે અને તેઓને લાવીશ તો બ્રહ્માને મોહ નહીં થાય'' એવા વિચારથી સઘળું જગત વિષ્ણુમય છે, એવી વેદની વાણીને સાર્થક કરવા માટે ભગવાન સર્વ રૂપે થયા. ગોવાળિયા, વાછરડાં, તેઓનાં નાનાં શરીર, હાથ, પગ, લાકડી, શીંગડી, વેણુ, શીંકાં, અલંકાર, વસ્ત્ર, શીલ, ગુણ, નામ, આકૃતિ, અવસ્થા અને વિહારાદિક જેવાં હતાં, તે પ્રમાણે જ યથાર્થ રીતે સર્વ રૂપે થયેલા ભગવાન શોભવા લાગ્યા.

- પોતે જ પોતારૂપ ગોવાળોની પાસે પોતારૂપે જ વાછરડાંઓને વળાવી પોતારૂપ જ વિહારોથી ક્રીડા કરતા સર્વાત્મા ભગવાન વ્રજમાં પધાર્યા.

- હે રાજા ! સર્વ રૂપે થયેલા શ્રીકૃષ્ણ, તે તે વાછરડાંઓને જુદાં જુદાં હાંકી તેઓને તે તે સ્થાનકમાં પેસાડી તે તે ઘરમાં પેઠા.

- વેણુનાદ સાંભળી ઉતાવળી ઊઠેલી ગોપબાળોની માતાઓ પુત્રરૂપે થયેલા શ્રીકૃષ્ણને, પોતાના પુત્ર માની, પરબ્રહ્મને જ હાથથી ઉપાડી તથા અત્યંત આલિંગન કરી પુત્રરૂપે થયેલા શ્રીકૃષ્ણને, સ્નેહને લીધે પોતાના સ્તનમાંથી ઝરતાં મીઠાં અને મદ આપનાર દૂધ ધવરાવવા લાગી.

- આ પ્રમાણે તે તે સમયની ક્રીડાના નિયમ પ્રમાણે સાયંકાલ સુધી પહોંચેલા અને પોતાની સુંદર લીલાઓથી આનંદ આપતા ભગવાનને માતાઓએ મર્દન, સ્નાન, લેપન, અલંકાર, રક્ષાનાં તિલક (ગાલમાં કાળું ટપકું)અને ભોજનાદિકથી લાડ લડાવ્યા.

- પછી ગાયો પણ પોતાને ચરવાના વનમાંથી ઉતાવળી વ્રજમાં આવીને પોતાના હુંકારના શબ્દથી બોલાવેલાં અને પાસે દોડી આવેલાં પોત પોતાનાં વાછરડાંઓને આંચળમાંથી ઝરતું દૂધ ધવરાવવા લાગી અને વારંવાર ચાટવા લાગી.

- સર્વરૂપે થયેલા ભગવાનમાં ગાયો અને ગોપીઓનો માતૃભાવ તો પૂર્વના જેવો તો રહ્યો, પણ આ સમયમાં સ્નેહ વધતો દેખાયો. આ રીતે ભગવાન પણ ગાયો તથા ગોપીઓની આગળ પૂર્વની પેઠે બાળભાવનું પ્રદર્શન કરતા રહ્યા, પણ 'આ મારી મા છે અને હું આનો પુત્ર છું' એવો મોહ રહ્યો ન હતો.

- વ્રજવાસીઓને પૂર્વે યશોદાના પુત્ર શ્રીકૃષ્ણમાં પોતાના પુત્રો કરતાં પણ વધારે, જેવો સીમા વગરનો સ્નેહ હતો, તેવો સ્નેહ આ સમયમાં એક વર્ષ સુધી પોતાના બાળકોમાં પણ વધી ગયો.

- આ પ્રમાણે શ્રીકૃષ્ણ ભગવાને વાછરડાંઓને પાળનાર થઇને વાછરડાં અને બાળકોરૂપ પોતાના સ્વરૂપને પોતેજ પાલન કરતાં એક વર્ષ સુધી વનમાં અને વ્રજમાં ક્રીડા કરી.

- એક વર્ષ પુરુ થવામાં પાંચ કે છ રાત બાકી હતી, ત્યારે એક દિવસે ભગવાન બળભદ્રની સાથે વાછરડાંઓને ચારવા સારુ વનમાં પધાર્યા હતા.

- ત્યાં બળભદ્રને એવું જોવામાં આવ્યું, જે ગાયો ઘણે છેટે ગોવર્ધન પર્વતના શિખરમાં ઘાસ ચરતી હતી તે ગાયોએ વ્રજના સમીપમાં ઘાસ ચરતાં વાછરડાંઓને દીઠાં.

- દેખતાં જ સ્નેહથી ખેંચાયેલી, પોતાના શરીરનું ભાન ભૂલી ગયેલી અને જેઓના આંચળમાંથી દૂધ ઝરતાં હતાં, એવી ગાયો પોતાના ગોવાળ અને વિષમ માર્ગને નહિ ગણતાં જાણે બે પગે ચાલતી હોય, એવી રીતે મોઢાં તથા પૂછડાં ઊંચાં કરી વેગથી હુંકાર કરતી વાછરડાંઓની પાસે આવી.

- એ ગાયોને જોકે બીજાં નાનાં વાછરડાં હતાં, તોપણ નીચે એ છરડાંઓને મળીને તેઓને ધવરાવવા લાગી, અને જાણે વાછરડાંઓનાં શરીરને ગળી જતી હોય એમ ચાટવા લાગી.

- ગોવાળો ગાયોને રોકવાનો પરિશ્રમ વ્યર્થ જતાં લાજ સહિત ક્રોધથી ભરાએલા વિષમ દુઃખ વેઠીને નીચે આવ્યા, ત્યાં વાછરડાંઓની સાથે પોતાના પુત્રો તેઓના જોવામાં આવ્યા.

- પુત્રોને જોવાથી ઉભરાઇ આવેલા પ્રેમરસમાં ડૂબેલા અને ક્રોધ મટી જતાં જેઓને સ્નેહ વધ્યો છે, એવા એ ગોવાળો પોતાના પુત્રોને હાથવતે ઉપાડી લઇ આલિંગન કરી તથા તેઓનાં માથાં સુંઘીને પરમ આનંદ પામ્યા.

- પછી બાળકોના આલિંગનથી સુખ પામેલા ઘરડા ગોવાળો ધીરે ધીરે માંડ માંડ તે છોકરાઓ પાસેથી ખસ્યા, પણ છોકરાઓના સ્મરણથી તેઓની આંખ્યોમાં આંસુ ભરાઇ આવ્યાં.

- આ પ્રમાણે જેણે ધાવવું છોડી દીધેલું હતું એવાં બચ્ચાંઓ ઉપર પણ ક્ષણે ક્ષણે થતો વ્રજના પ્રેમનો વધારો જોઇને, તેનું કારણ નહીં જાણતા બળભદ્ર વિચાર કરવા લાગ્યા કે પૂર્વે વ્રજને સર્વના આત્મા શ્રીકૃષ્ણ ઉપર જેવો પ્રેમ હતો તેવો અપૂર્વ પ્રેમ હમણાં બાળકો ઉપર વધ્યો છે, એટલુંજ નહીં પણ મારા મનમાં પણ વાછરડાં અને બાળકો ઉપર પ્રેમ વધતો જાય છે તેનું કારણ શું હશે ?

- આ તે દેવતાઓની, મનુષ્યોની કે દૈત્યોની માયા હશે ! આ માયા તે કેવી અને ક્યાંથી આવી ? બીજાઓની માયા તો સંભવતી નથી, કેમકે આથી મને પણ મોહ થયો છે. માટે ઘણું કરી આ મારા સ્વામી શ્રીકૃષ્ણની માયા હોવી જોઇએ.

- આ પ્રમાણે વિચાર કરી બળભદ્રે જ્ઞાનદૃષ્ટિથી જોયું, ત્યાં સર્વે વાછરડાં અને પોતાના મિત્રો શ્રીકૃષ્ણરૂપ તેમના જોવામાં આવ્યા.

- પછી તેમણે ભગવાનને પૂછ્યું કે આપણે જે વાછરડાંઓનું પાલન કરીએ છીએ તેઓ ઋષિઓના અંશ છે અને બાળકો દેવતાઓના અંશ છે, પરંતુ હમણાં તેમ જોવામાં આવતું નથી, હમણાં તો આ બાળકોમાં અને વાછરડાંઓમાં એક તમે જ જોવામાં આવો છો, માટે જેવું હોય તેવું ચોખ્ખું કહો. પછી ભગવાને સંક્ષેપથી સર્વે વાત કહેતાં એ બનાવ બળભદ્રના જાણવામાં આવ્યો.

- અહીં તો તેટલામાં એક વર્ષ નીકળી ગયું, પણ બ્રહ્માનો તો પલ માત્ર કાળ થયો હતો. તેટલા કાળમાં બ્રહ્માએ પાછ આવીને જોયું, ત્યાં એક વર્ષ સુધી પૂર્વની પેઠે જ પોતાના બાળમિત્રોની સાથે ક્રીડા કરતા ભગવાનને દીઠા.

- એ જોઇને બ્રહ્મા તર્ક કરવા લાગ્યા કે ગોકુળમાં જેટલાં બાળકો અને વાછરડાં હતાં તે સર્વે મારી માયારૂપી શયનમાં સૂતાં છે તે હજિ સુધી ઊઠ્યાં નથી, માટે જેઓ મારી માયાથી મોહ પામેલાં છે તેઓથી નોખાં આ વાછરડાં અને બાળકો અહીં કેમ દેખાય છે ? જેટલાંને હું લઇ ગયો છું તેટલી જ સંખ્યાનાં અને તે જ સ્થળમાં ભગવાનની સાથે એક વર્ષથી ક્રીડા કરતાં આ પ્રાણીઓ એક વર્ષથી ક્યાંથી આવ્યાં હશે ?
- પોતાના લોકમાં રહેલાં અને વ્રજમાં રહેલાં વાછરડાં તથા ગોપબાળોના વિષયમાં ઘણીવાર સુધી મનમાં વિચાર કરીને એ બ્રહ્મા, આમાં સાચાં કયાં અને ખોટાં ક્યાં ? એ કોઇ રીતે જાણી શક્યા નહીં.
- આ પ્રમાણે બ્રહ્મા, જગતને મોહ પમાડનાર, અને પોતે મોહ રહિત એવા ભગવાનને પોતાની માયાથી મોહ પમાડવા ગયા, ત્યાં પોતે જ મોહ પામી ગયા.
- અંધારી રાતમાં ઝાકળથી થયેલું અંધારું જેમ નોખું આવરણ કરી શકે નહીં, પણ તેમાં જ લય પામે; અને જેમ આગિયાનો પ્રકાશ દિવસમાં નોખો પ્રકાશ કરી શકે નહીં, તેમ મોટા પુરુષ ઉપર બીજો કોઇ સાધારણ પુરુષ માયા ચલાવવા જાય તો તે નીચ માયા મોટા પુરુષને કાંઇ પણ કરી શકે નહીં, પણ ઊલટી પોતાને ચલાવનારના જ સામર્થ્યનો નાશ કરી નાખે.
- બ્રહ્મા જોઇ રહ્યા તેટલી વારમાં તુરત જ બીજું આશ્ચર્ય થયું. સઘળાં વાછરડાં, તેઓને પાળનારા બાળકો, લાકડીઓ અને શીંગડીઓ આદિ સઘળા પદાર્થ મેઘની પેઠે શ્યામ, પીળાં રેશમી વસ્ત્રવાળા, ચાર ચાર ભુજાવાળા અને જેઓના હાથમાં શંખ, ચક્ર, ગદા તથા પદ્મ હતાં એવા જોવામાં આવ્યા. એ સર્વે શ્રીકૃષ્ણનાં રૂપોએ કિરીટ, કુંડળ, હાર, વનમાળા, શ્રીવત્સ, બાજુબંધ, નૂપુર, કટક, કટિમેખલા, વીંટીઓ અને શંખની પેઠે ત્રણ ધારવાળા રત્નના કંકણ ધર્યા હતા.
- મોટા પુણ્યવાળાઓએ અર્પણ કરેલી તુલસીની સુકોમળ અને નવીન માળાઓથી ચરણથી તે છેક મસ્તક સુધી સર્વ અંગોમાં વીંટાયેલા હતા.
- ચાંદની જેવા સ્વચ્છ મંદહાસ્યરૂપી સત્વગુણથી પોતાના ભક્તોના મનોરથોને જાણે પાળતા હોય અને લાલકમળ જેવાં નેત્રોના દૃષ્ટિપાતરૂપી રજોગુણથી પોતાના ભક્તોના મનોરથોને જાણે સજતા હોય, એવા દેખાતા હતા.
- બ્રહ્માથી સ્તંબપર્યંત એ સર્વ સ્થાવર જંગમ દેહધારી મૂર્તિમાન થઇને નાચ અને ગાયન આદિ અનેક પૂજનોથી પ્રત્યેકની નોખનોખી સેવા કરતા હતા.
- અણિમા આદિ સિદ્ધિઓ, માયા આદિ વિભૂતિઓ અને મહત્તત્ત્વ આદિ ચોવીશ તત્ત્વોથી તેઓ પ્રત્યેક વીંટાએલા હતા.
- કાળ, સ્વભાવ, સંસ્કાર, કામ, કર્મ અને ગુણાદિક પદાર્થ મૂર્તિમાન થઇને પ્રત્યેકની નોખનોખી સેવા કરતા હતા. અણિમા આદિ સર્વે પદાર્થોની સ્વતંત્રતા શ્રીકૃષ્ણના મહિમા આગળ નાશ પામેલી જણાતી હતી.
- એ ગોવાળિયારૂપ સર્વે શ્રીકૃષ્ણો સત્ય, જ્ઞાન, અનંત, આનંદમાત્ર અને એકરસ મૂર્તિવાળા તથા આત્મજ્ઞાનરૂપી ચક્ષુવાળાઓથી પણ જેના માહાત્મ્યનો સ્પર્શ થઇ શકે

નહીં એવા હતા.

- આ પ્રમાણે બ્રહ્માએ એક સમયમાં સર્વને પરબ્રહ્મમય દીઠા કે જે પરબ્રહ્મના પ્રકાશથી આ સર્વ જગત પ્રકાશે છે.

- પછી અત્યંત આશ્ચર્યથી અને શ્રીકૃષ્ણના તેજથી જેની સર્વે ઇંદ્રિયો જડ થઇ ગઇ, એવા બ્રહ્મા પૂતળાની પેઠે નિશ્ચળ થઇ ગયા.

- આ પ્રમાણે અતર્ક્ય, સ્વયંપ્રકાશ, સુખમય, પ્રકૃતિથી પર અને તે નહિ તે નહિ આ રીતે નિષેધ પૂર્વક ઉપનિષદો દ્વારા જાણી શકાતા એવા પોતાના અસાધારણ મહિમાવાળા સ્વરૂપમાં "આ તે શું" એમ બ્રહ્મા મોહ પામી ગયા, અને પછીથી જોવાને પણ અશક્ત થઇ જતાં તે જાણીને પરમેશ્વર શ્રીકૃષ્ણે પોતાની માયારૂપી પડદો ખસેડી લીધો.

- પછી જાણે મરી જઇને પાછા ઊઠ્યા હોય અને જેને બહારનું જ્ઞાન મળ્યું એવા બ્રહ્માએ માંડ માંડ નેત્ર ઉઘાડ્યાં, ત્યાં પોતાના શરીરની સાથે જગત આ પ્રમાણે જોવામાં આવ્યું.

- તરત જ ચારેકોર દૃષ્ટિ ફેરવી ત્યાં આગળ રહેલું સઘળાં પ્રિય પદાર્થોથી ભરેલું અને મનુષ્યોને જિવિકા આપે એવાં વૃક્ષોથી વ્યાપ્ત વૃંદાવન દીઠું કે જેમાં સ્વાભાવિક દુષ્ટ વૈરવાળા માણસ અને સિંહાદિક જાણે પરસ્પરના મિત્ર હોય એવા થઇને રહ્યા હતા અને ભગવાનના નિવાસને લીધે ક્રોધ લોભાદિક દોષો જેમાંથી નીકળી ગયા હતા.

- એ વૃંદાવનમાં પૂર્વની પેઠે જ ગોવાળના બાળકપણારૂપી નાટક કરનારા શ્રીકૃષ્ણભગવાનને દીઠા કે જે અદ્વૈતરૂપ છતાં વાછરડાંઓને શોધતા હતા, એક અને અગાધ જ્ઞાનવાળા છતાં મિત્રોને શોધતા હતા, અનંત છતાં ચારેકોર ફરતા હતા. સર્વેના કારણરૂપ છતાં બાળકપણું ધરી રહ્યા હતા. અને પરબ્રહ્મ છતાં હાથમાં દહીંભાતનો કોળિયો ધરી રહ્યા હતા. આવા ભગવાનને જોઇ બ્રહ્મા તરત પોતાના વાહન પરથી ઊતરી પડ્યા, અને દંડવત્ કરવા લાગ્યા, ચાર મુકુટોની અણીઓથી ભગવાનના બે ચરણારવિંદનો સ્પર્શ કર્યો અને પ્રણામ કરીને આનંદના આંસુરૂપ જળથી અભિષેક કર્યો.

- પૂર્વે જોયેલા મહિમાનું વારંવાર સ્મરણ આવતાં ઊઠી ઊઠીને ઘણીવાર સુધી ભગવાનના ચરણમાં દંડવત્ પ્રણામ કર્યાં. ૬૩ પછી ધીરેથી ઊઠી આંખઓ લુઇ નાખી, ભગવાનને જોઇ ધ્રૂજતા, હાથ જોડી ઊભેલા, સાવધાન અને વિનયવાળા બ્રહ્મા પોતાની ડોક નમાવીને ગદગદ વાણીથી સ્તુતિ કરવા લાગ્યા.

21

પાઠ : ૨૧ પ્રલંબાસુર વધ

- પાઠ : ૨૧ પ્રલંબાસુર વધ

શુકદેવજી કહે, "વ્રજવાસીઓએ અને ગોવાલિયાઓ સાથે સવારમાં વ્રજમાં પ્રવેશ કર્યો . રસ્તામાં ગોપબાળો સાથે અનેક જાતની રમત રમતા તોફાન કરતાં જતા હતા. એક પ્રલંબાસુર નામનો રાક્ષસ બલરામ અને કૃષ્ણનું હરણ કરવા ગોવાલિયાનું સ્વરૂપ લઇને ગોવાલિયાના ટોળામાં ભળી ગયો.

સર્વજ્ઞ એવા ભગવાન આ વાત જાણી ગયા. ભગવાને ગોવાલિયાઓ સાથે બે ભાગમાં વહેંચાઇને રમત રમવાની શરૂ કરી, પ્રલંબાસુરને પોતાના પક્ષમાં રાખ્યો. જે પક્ષ હારે તે સામેવાળાને ઉપાડે તેવી શરત રાખી. ભગવાનના પક્ષ વાળા હારી ગયા. દરેક સામા પક્ષનાને ઊંચકતા હતા.

પ્રલંબાસુરે બલરામને ઊંચક્યા. બલરામે પોતાનું વજન પર્વત જેટલું કરી નાખ્યું. પ્રલંબાસુરની ચાલ ધીમી પડી. તેણે રાક્ષસનું રૂપ ધારણ કર્યું.

બલરામે વજ્ર જેવી મુઠ્ઠી બનાવી પ્રલંબાસુરના માથામાઔં મારી. પ્રલંબાસુરે મોટી ચીસ પાડી, પૃથ્વી પર પડ્યો અને મરી ગયો. ગોવાલિયાઓ કહેવા લાગ્યા બહુ સારું કર્યું. બલરામને ભેટી પડ્યા. દેવતાઓએ આકાશમાંથી બલરામ પર પુષ્પવૃષ્ટિ કરી.

"ત્યાર પછી ગોવાલિયાઓ રમતમાં લીન બન્યા. ગાયો, વાછરડાં એક વનમાંથી બીજા વનમાં દાખલ થઇગયાં જ્યાં દાવાનલ સળગી ઊઠ્યો હતો .ગાયો, વાછરડાં ગોવાલિયાઓનું આજીવિકાનું સાધન હતાં. તેઓ ગભરાઇ ગયાં.

ભગવાનને શરણે આવ્યા અને કહેવા લાગ્યા, "હે કૃષ્ણ, અમારું, અમારી ગાયો અને વાછરડાંનું આ દાવાનલથી રક્ષણ કરો."ભગવાન કહે, "હે ગોવાલિયાઓ, ડરો નહીં. તમારી આંખ બંધ કરી દો. ગોવાલિયાઓએ આંખો બંધ કરી દીધી.

ગોવાલિયાઓએ આંખ બંધ કરી કે ભગવાન ઉગ્ર દાવાનલ પોતાના મુખથી પી ગયા, ગોવાલિયા અને ગાયોને સંકટમાંથી છોડાવ્યાં.

વાંસળી વગાડતાં ગોપબાળો સાથે સાંજે ભગવાન વૃંદાવનમાં પધાર્યા. જ્યાં ગોપીઓ ભગવાનનાં દર્શનની રાહ જોતી ઊભી હતી.”

શુકદેવજી કહે, “હે પરીક્ષિત !ગોવાળિયાઓએ, કૃષ્ણે અમને દાવાનળથી બચાવ્યા. પ્રલંબાસુરનો સંહાર કર્યો વગેરે કૃષ્ણ અને બલરામના પરાક્રમો વૃંદાવનનાં નરનારીઓને કહી સંભળાવ્યાં. આ સાંભળી લોકો વિસ્મય પામ્યાં અને કૃષ્ણ અને બલરામ સાક્ષાત્ ભગવાન વૃંદાવનમાં પધાર્યા છે એમ માનવા લાગ્યાં.”

22

પાઠ : ૨૨ ચાણૂર અને મુષ્ટિક વધ

- પાઠ : ૨૨ ચાણૂર અને મુષ્ટિક વધ

ભગવાન કૃષ્ણે યજ્ઞના સુનિશ્ચિત સ્થળની શોધ કરતાં રંગશાળામાં પ્રવેશીને ઇન્દ્રધનુના જેવા અદ્ભુત ધનુષ્યને અવલોક્યું. રક્ષકોએ રોકવા છતાં એમણે એને ઉપાડીને એના મધ્યભાગમાંથી બે ટૂકડા કરી નાખ્યા. એના તૂટવાથી જે ભયંકર અવાજ થયો એને સાંભળીને કંસ પણ ભયભીત બની ગયો. રક્ષકો કૃષ્ણને કેદ કરવા તૈયાર થયા પરંતુ કૃષ્ણે ધનુષ્યના ટૂકડાના પ્રહારથી એમનો અને એમની મદદ માટે આવેલી કંસની સેનાનો નાશ કરી નાખ્યો. એ પછી એ બહાર નીકળી ગયા.

કંસને એ રાતે ભય, વેદના તથા ચિંતાને લીઘે ઊંઘ ના આવી. બીજે દિવસે સૂર્યોદય થતાં જ એણે મલ્લક્રીડાના મહોત્સવનો આરંભ કરાવ્યો.

પહેલવાનો પોતાના સાથીદારોની સાથે અખાડામાં આવી પહોંચ્યા. નંદ તથા બીજા ગોપો પણ કંસના આમંત્રણને માન આપીને પોતપોતાના સ્થાને બેસી ગયા. કૃષ્ણ તથા બલરામ રંગભૂમિને નિહાળવા ચાલી નીકળ્યા. રંગભૂમિના દરવાજા પાસે એમણે કુવલયાપીડ હાથીને જોયો.

કૃષ્ણે મહાવતને માર્ગ કરવા કહ્યું પરંતુ મહાવતે માન્યું નહિ. એણે કંસની પૂર્વપ્રેરણા પ્રમાણે ક્રોઘે ભરાઇને હાથીને કૃષ્ણની દિશામાં આગળ ધપાવ્યો.

હાથીએ કૃષ્ણને સૂંઢમાં લપેટી લીધા પણ કૃષ્ણ કૌશલપૂર્વક બહાર નીકળી એને મુક્કી મારીને એના પગ વચ્ચે જતા રહ્યા. એમણે એના પૂંછડાને પકડીને એને ખેંચવા માંડ્યો. એ ક્રોઘે ભરાઇને એમના પર તૂટી પડ્યો તો ખરો પરંતુ એમણે એની સૂંઢને પકડીને પૃથ્વી પર પછાડ્યો અને એના દાંતને ઉખાડીને એનો ને મહાવતનો નાશ કર્યો. એ દાંતને હાથમાં લઇને જ એમણે રંગભૂમિમાં પ્રવેશ કર્યો. એમની સાથે બલરામ તથા બીજા ગોપબાળો

હતા.

એમણે એમની સાથે રંગભૂમિમાં પ્રવેશ કર્યો ત્યારે એની થયેલી પ્રતિક્રિયા શ્રીમદ્ ભાગવતના શબ્દોમાં આ રહી :

મલ્લાનામશનિર્નૃણાં નરવર: સ્ત્રીણાં સ્મરો મૂર્તિમાન્

ગોપાનાં સ્વજનોऽસતાં ક્ષિતિભુજાં શાસ્તા સ્વપિત્રો: શિશુ: ।

મૃત્યુર્ભોજપતેર્વિરાડ્વિદિષાં તત્વં પરં યોગિનાં

વૃષ્ણીનાં પરદેવતેતિ વિદિતો રંગ ગત: સાગ્રજ: ॥ (અધ્યાય ૪૩, શ્લોક ૧૭)

'પહેલવાનોને એ વજ્રકઠોર શરીરવાળા દેખાયા, સામાન્ય જનતાને નરરત્ન જેવા, સ્ત્રીઓને સાક્ષાત કામદેવ સમાન, ગોપોને સ્વજન, દુષ્ટ રાજાઓને શિક્ષા કરનારા શાસકના રૂપમાં ને માતાપિતા તુલ્ય વડીલોને શિશુ જેવા લાગવા માંડ્યા. કંસને મૃત્યુ કે કાળ જણાયા, અજ્ઞાનીઓને વિરાટ જેવા, યોગીઓને પરમતત્વ બરાબર અને વૃષ્ણિવંશીને ઇષ્ટદેવ તુલ્ય દેખાયા.'

રંગભૂમિમાં બલરામ સાથે પહોંચેલા કૃષ્ણના દર્શનના પ્રત્યાઘાતો એવા વિવિધ પડ્યા. સંત તુલસીદાસે રામને રામાયણમાં કહ્યું છે તેમ 'જાકી રહી ભાવના જૈસી તિન પ્રભુમૂરતિ દેખી તેસી.' પોતાની દૃષ્ટિ, વૃત્તિ, ભૂમિકા તથા ભાવના પ્રમાણે સૌએ ભગવાનના સ્વરૂપનું દર્શન કર્યું. ભગવાનનો પ્રભાવ એવો અનેકવિધ હતો.

દર્શકો એમને દેખીને જુદી જુદી ચર્ચાઓ કરવા લાગ્યા. એ વખતે વાગતાં વિભિન્ન વાજીંત્રોની વચ્ચે ચાણૂરે એમને કુસ્તી કરવાનું આહવાન કર્યું. એને અનુસરીને કૃષ્ણ ચાણૂર સાથે અને બલરામ મુષ્ટિક સાથે કુસ્તી કરવા લાગ્યા. ભગવાનનું શરીર વજ્રથી પણ વધારે સુદૃઢ હતું.

ચાણૂરનું એમની આગળ કશું ના ચાલ્યું. એમણે એના બંને હાથ પકડી, એને ઉપાડીને પૃથ્વી પર પછાડ્યો એથી એનો નાશ થયો. બલરામે મુષ્ટિકને મુક્કી મારી એટલે એ લોહીની ઉલટી કરી, કંપીને ધરતી પર નિર્જીવ બનીને ઢળી પડ્યો.

એ પછી એમણે કૂટને ને કૃષ્ણે શલ ને તોશલને મુક્કા ને લાત મારીને મારી નાખ્યા. બીજા પહેલવાનો એમના એ પરાક્રમને પેખીને નાસી ગયા.

23
પાઠ : ૨૩ કંસનો વધ

કૃષ્ણ તથા બલરામને મારી નાખવાની પોતાની યોજનાનો એવો કરુણ અંત આવેલો જોઇને કંસે વાજીંત્રોને બંધ કરાવી દીધા ને સેવકોને આદેશ આપ્યો કે વસુદેવના આ દુરાચારી પુત્રોને નગરની બહાર કાઢી મૂકો, ગોપોની સંપત્તિને લૂંટી લો, ને નંદને કેદ કરી દો, વસુદેવનો મારી નાખો. મારા પિતા ઉગ્રસેને પણ શત્રુઓની મિત્રતા કરી છે માટે એમનો પણ વધ કરો.

પરંતુ એને ક્યાં ખબર હતી કે એની પોતાની જ ઘડીઓ ગણાઇ રહી છે ?

કૃષ્ણ એના ઊંચા મંચ પર ચઢીને એની આગળ એકાએક ઊભા રહ્યા ત્યારે એ ઢાલ તલવાર લઇને સિંહાસન પરથી ઊભો થયો ને લડવાની તૈયારી કરવા લાગ્યો.

કંસ જેવો તલવારથી વાર કરતો ત્યારે શ્રી કૃષ્ણ માયા શક્તિથી અદ્રશ્ય થઇ જતા અને બીજી બાજુ આવી જતા.કંસે શ્રી કૃષ્ણ ને ભાથમા ભરી લઇને મારવાની કોશિશ કરી તેમાં પણ કઇ ના વળ્યું, એટલે ત્યાંથી ભાગવા માંડ્યો.પરંતુ કૃષ્ણ જેનું નામ, માયાવી શક્તિ થી કંસ નઐકજ જગ્યાએ ઊભો ઊભો ભાગતો હતો.

ત્યારેજ ભગવાને એના કેશ પકડીને એને રંગભૂમિમાં નાખી દીધો. એ પછી પોતે પણ એની ઉપર કૂદી પડ્યા એટલે કંસનું મૃત્યુ થયું. રંગભૂમિમાં સર્વત્ર સન્નાટો છવાઇ ગયો.

કંસના મૃત્યુ પછી એના કંક અને ન્યગ્રોધ જેવા આઠ નાના ભાઇઓ ભગવાન કૃષ્ણ તથા બલરામ પર તૂટી પડ્યા. બલરામે પોતાના પરિઘની મદદથી એમનો રમત માત્રમાં નાશ કર્યો. એ પછી કૃષ્ણ ને બલરામે કંસના કારાવાસમાં જઇને વસુદેવને ને દેવકીને મુક્તિ આપી અને એમને પ્રણામ કરીને વિનયયુક્ત વાણી દ્વારા શાંતિ પ્રદાન કરી.

કૃષ્ણે ઉગ્રસેનને બંધનમુક્ત કરીને યદુવંશીઓના રાજા બનાવ્યા ને પોતે એમના સેવક તરીકે રહીને સેવા કરવાની ઇચ્છા બતાવી. એમની એ કાર્ય દ્વારા વ્યક્ત થતી ઉદાત્તતાને સારી પેઠે સમજવા જેવી છે. એ ધારત તો કંસની જગ્યાએ મથુરાના ને યદુવંશીઓના રાજા

થઇને રાજ્યસિંહાસન પર બેસી શક્ત.

પ્રજા એમનું એ માટે સમર્થન પણ કરત કારણ કે એ એમને ચાહતી ને પોતાના તારક માનતી હતી.

પરંતુ એમને સ્થૂળ સિંહાસન પર બેસવા કરતાં પ્રજાના હૃદયસિંહાસન પર બેસવાનું વધારે પસંદ હતું. એ સમ્રાટ બનવાને બદલે સેવક થવાની ઇચ્છ રાખતા હતા. એટલે સત્તાનાં સૂત્રોને ધારણ કરવાનો વિચાર જ એમને ના આવ્યો. એમની અંદર સત્તાની લાલસાનો લેશ પણ ન હતો.

ઉગ્રસેનના રાજ્યાભિષેક પછી કૃષ્ણે તથા બલરામે નંદને સઘળી પરિસ્થિતિથી વાકેફ કરીને પોતાના પાલન માટે એમનો આભાર માન્યો અને એમનો અને અન્ય ગોપોનો સારી પેઠે સત્કાર કર્યો. એ પછી નંદ બીજા ગોપોને સાથે લઇ વૃંદાવનમાં જવા તૈયાર થયા.

વસુદેવે કૃષ્ણ-બલરામનો ઉપનયનસંસ્કાર કરાવ્યો. બંનેએ વિધિપૂર્વક યજ્ઞોપવીત ધારણ કર્યા.

24

પાઠ : ૨૪ કૃષ્ણ સુદામા ની દોસ્તી

- પાઠ : ૨૪ કૃષ્ણ સુદામા ની દોસ્તી

કૃષ્ણ-સુદામાની ભાઈબંધી ખૂબ જાણીતી છે.

એક વખત તેઓ બંન્ને જણા જંગલમાં લાકડા કાપવા માટે ગયાં ત્યારે ત્યાં જબરજસ્ત તોફાન આવ્યુ. તે દરમિયાન તે બંન્ને છુટા પડી ગયાં. તે વખતે તેઓને સાંદિપની ઋષિની પત્નીએ ખાવા માટે ભાત આપ્યાં હતાં જે સુદામા પાસે હતાં અને તેઓને ખુબ જ ભુખ લાગી તો તેઓ બધા ભાત ખાઈ ગયાં.

જ્યારે તોફાન શાંત થઈ ગયું ત્યારે તેઓ બંન્ને આશ્રમમાં પાછા ફર્યાં. ત્યાર બાદ કૃષ્ણને ખુબ જ ભુખ લાગી હતી તો તેમણે ગુરુમાતા પાસે જમવાનું માગ્યું, ગુરુમાતાએ કહ્યું કે મેં તો તમારા બંને માટે ભાત આપ્યા હતા. જ્યારે તેમણે ખબર પડી કે સુદામા બધા ભાત ખાઈ ગયા તો તેમણે સુદામાને શ્રાપ આપ્યો કે કૃષ્ણના ભાગનું જમવાનું તુ ખાઈ ગયો છે તો તું હંમેશા દરિદ્ર જ રહીશ.

સુદામાએ ગુરુમાતા પાસે માફી માગી અને ખૂબ વિનતી કરી ત્યારે તેમણે કહ્યું કે જેને કારણે તને શ્રાપ મળ્યો છે તે જ તને તેમાંથી મુક્તિ અપાવશે. જ્યારે તેઓનું ભણવાનું પુરુ થઈ ગયું ત્યાર બાદ તેઓ પોતપોતાના રસ્તે જતાં રહ્યાં. કૃષ્ણ ભગવાને રુકમણી સાથે લગ્ન કર્યા અને તેઓ દ્વારકાના રાજા બનીને ખુબ જ ખુશીથી પોતાની જીંદગી પસાર કરતાં હતાં. બીજી બાજુ સુદામા પણ ગરીબ બ્રાહ્મણ છોકરી સાથે લગન કરીને તે પણ ખુબ જ ખુશીથી પોતાની જીંદગી પસાર કરતાં હતાં. પણ પોતાનાં બાળકોને પૂરું ખવડાવી શકે એટલા પણ સુદામા પાસે પૈસા નહોતા. સુદામાની પત્નીએ કહ્યું, "આપણે ભલે ભૂખ્યાં રહીએ, પણ છોકરાંને તો પૂરું ખવડાવવું જોઈએ ને?" બોલતાં બોલતાં તેની આંખમાં આંસુ આવ્યાં.

સુદામાને ખૂબ લાગી આવ્યું. તે બોલ્યો, "શું કરીએ ? કોઈની પાસે માંગવા ન જવાય."પત્નીએ સુદામાને કહ્યું, "તમે કૃષ્ણની વાત તો વારંવાર કરો છો. તમારે તેની સાથે ખૂબ ભાઈબંધી છે એમ કહો છો. એ તો દ્વારકાના રાજા છે. ત્યાં કેમ જતા નથી? જાઓને! ત્યાં કંઇ માંગવું નહીં પડે !"

સુદામાને પત્નીની વાત ખરી લાગી. સુદામાએ દ્વારકા જવાનું નક્કી કર્યું. પત્નીને કહ્યું, "ભલે, હું કૃષ્ણ પાસે જઈશ. પણ એના છોકરાં માટે શું લઇ જાઉં?"સુદામાની પત્ની પડોશમાંથી પૌંઆ લઇ આવી. તેને ફાટેલા કપડામાં બાંધીને તેની પોટલી કરી. સુદામા એ પોટલી લઈને દ્વારકા જવા ઉપડ્યા.

દ્વારકા જોઈને સુદામા તો છક થઇ ગયા. આખી નગરી સોનાની હતી. લોકો ખૂબ સુખી હતા. સુદામા પૂછતા પૂછતા કૃષ્ણના મહેલ પાસે ગયા. દરવાને આ બાવા જેવા લાગતા સુદામાને પૂછ્યું, "એય, અહીં શું કામ છે?"સુદામાએ જવાબ આપ્યો, "મારે કૃષ્ણને મળવું છે. એ મારો મિત્ર છે. અંદર જઈને કહો કે સુદામા તમને મળવા આવ્યો છે."

સુદામાનો વેશ જોઈને દરવાનને હસવું આવ્યું. તેણે જઈને કૃષ્ણને વાત કહી. સુદામાનું નામ સાંભળતાં જ કૃષ્ણ ઊભા થઇ ગયા! સુદામાને મળવા દોડ્યા. બધા આશ્ચર્યથી જોઈ રહ્યા! ક્યાં રાજા અને ક્યાં આવો બાવો?કૃષ્ણ સુદામાને મહેલમાં લઇ ગયા. સાંદીપનિ ઋષિના ગુરુકુળના દિવસોની યાદ તાજી કરી. સુદામા કૃષ્ણની શ્રીમંતાઈ જોઈ શરમાયો.

સુદામાએ પૌંઆની પોટલી સંતાડવા માંડી, પણ કૃષ્ણે તે ખેંચી લીધી. કૃષ્ણે તેમાંથી પૌંઆ કાઢ્યા. ખાતાં ખાતાં કૃષ્ણ બોલ્યા, "આવો અમૃત જેવો સ્વાદ મને બીજા કશામાં નથી મળ્યો."પછી બંને જમવા બેઠા. સોનાની થાળીમાં સારું ભોજન પીરસ્યું હતું. સુદામાનું હૃદય ભરાઈ આવ્યું. ઘેર છોકરાંને પૂરું ખાવા નથી મળતું તે યાદ આવ્યું. સુદામા બે દિવસ ત્યાં રહ્યા.

એ કૃષ્ણ પાસે કશું માંગી ન શક્યા. ત્રીજે દિવસે પાછા ઘરે જવા નીકળ્યા. કૃષ્ણ સુદામાને ભેટ્યા, થોડે સુધી મૂકવા ગયા.ઘરે જતાં સુદામાને વિચાર આવ્યો, "ઘેર પત્ની પૂછશે કે શું લાવ્યા? શો જવાબ આપીશ?"સુદામા ઘર પહોંચ્યા. ત્યાં તેણે પોતાનું ઝૂપડું જ ન જોયું! એટલામાં તો સુંદર ઘરમાંથી પત્ની બહાર આવી. તેણે સુંદર કપડાં પહેર્યા હતાં.

પત્નીએ સુદામાને કહ્યું, "જોયોને કૃષ્ણનો પ્રતાપ! આપણી ગરીબાઈ ગઈ કૃષ્ણે આપણાં બધાં દુઃખ ભાંગ્યાં. સુદામાને કૃષ્ણનો પ્રેમ યાદ આવ્યો. તેની આંખમાં આનંદનાં આંસુ આવ્યાં.જોયું મિત્રો, કૃષ્ણ અને સુદામાનો પ્રેમ એટલે સાચો મિત્રપ્રેમ.તો મિત્રો, સાચા પ્રેમમાં નથી ઊંચ - નીચ જોવાતી કે નથી જોવાતી અમીરી- ગરીબી.

માટે જ આજે યુગો પછી પણ દુનિયા કૃષ્ણ સુદામાની ભાઇબંધીને સાચા મિત્ર પ્રેમના પ્રતિક તરીકે યાદ કરે છે.

25